WingsBooks

Mê Cung Thần Nông

PAN'S LABYRINTH

GUILLERMO del TORO · CORNELIA FUNKE

ALLEN WILLIAMS minh hoạ

TRANG ROSE dịch

NHÀ XUẤT BẢN KIM ĐỒNG

Minh họa bìa và thiết kế bìa: **Tú Ngô**

Dành tặng Alfonso Fuentes
và các cộng sự của ông
– những người đã cứu ngôi nhà, cây cối,
bầy lừa, các kí ức, và những cuốn sổ của tôi
khỏi trận hoả hoạn Woolsey.
— C. F.

Dành cho K, lời giải của mọi câu đố,
con đường thoát khỏi Mê Cung.
— G. D. T.

MỤC LỤC

MỞ ĐẦU

Chuyện kể rằng ngày xửa ngày xưa, có một nàng công chúa sống tại vương quốc dưới lòng đất, nơi không tồn tại những dối trá hay khổ đau. Công chúa Moanna mơ về thế giới con người; nàng mơ về bầu trời xanh hoàn hảo cùng biển mây bất tận; mơ về vầng dương, về cỏ dại và mùi vị của cơn mưa... Vậy là, một ngày nọ, nàng công chúa trốn khỏi các cận vệ và đến thế giới của chúng ta. Chẳng mấy chốc, mặt trời đã xoá sạch mọi kí ức của nàng, khiến nàng quên mất mình là ai hay bản thân từ đâu mà tới. Nàng cứ thế lang thang trên mặt đất, chịu đựng giá rét, bệnh tật và khổ đau. Rồi cuối cùng, nàng qua đời.

Đức vua cha nàng vẫn không ngừng tìm kiếm con gái mình. Vì ngài biết linh hồn của Moanna là bất tử và ngài hi vọng rằng rồi một ngày nàng sẽ quay trở về bên mình.

Trong một hình hài khác, vào một thời đại khác. Có khi là tại một nơi khác.

Ngài sẽ đợi.

Cho tới hơi thở cuối cùng.

Tới tận cùng của thời gian.

1

KHU RỪNG VÀ NÀNG TIÊN

Đã từng có thời tồn tại một khu rừng ở phía Bắc Tây Ban Nha, già cỗi tới mức nó có thể kể lại những sự tích xa xưa mà loài người đã từ lâu quên lãng. Những thân cây đâm sâu vào nền đất phủ rêu đến nỗi rễ của chúng quấn chặt lấy xương cốt những kẻ đã khuất, trong khi cành lá vươn xa tới những vì sao.

Có quá nhiều thứ đã mất đi, những phiến lá rì rào khi ba chiếc xe hơi màu đen lái xuống con đường không lát đá cắt xuyên qua dương xỉ và rêu phong.

Nhưng những gì đã mất đều có thể được tìm lại, đám cây thì thầm.

Đó là vào năm 1944, và cô bé đang ngồi ở một trong những chiếc xe, bên cạnh người mẹ mang bầu của mình, không hiểu những gì rừng cây đang thì thào. Tên cô là Ofelia và cô biết mọi điều về nỗi đau mất mát, dù cho mới chỉ mười ba mùa xuân. Cha cô vừa qua đời một năm về trước, Ofelia nhớ ông vô ngần, đến nỗi đôi khi cô cảm thấy như trái tim mình là một cái hộp rỗng chẳng chứa thứ gì ngoài tiếng dội của nỗi đau mà cô mang theo. Cô thường tự hỏi không biết mẹ mình có cảm thấy như vậy không, nhưng lại chẳng tìm thấy được câu trả lời trên gương mặt nhợt nhạt của bà.

"Trắng như tuyết, đỏ như máu, đen như than," cha Ofelia thường bảo vậy khi ông nhìn ngắm mẹ cô, giọng ông nhẹ nhàng đầy trìu mến. "Trông con giống mẹ quá, Ofelia ạ." Mất rồi.

Xe họ đã chạy hàng giờ đồng hồ, xa nữa xa mãi khỏi mọi thứ mà Ofelia thân thuộc, sâu nữa sâu mãi vào khu rừng vô tận này, để gặp người đàn ông mà mẹ cô đã lựa chọn làm người cha mới cho Ofelia. Ofelia gọi hắn là Sói, và cô không muốn nghĩ tới hắn. Nhưng đến cả những thân cây dường như cũng đang thì thầm tên hắn.

Phần nhỏ nhoi duy nhất của tổ ấm mà Ofelia có thể mang theo bên mình là vài cuốn sách. Cô gập những ngón tay thật chắc chắn quanh cuốn sách trên lòng, mân mê lớp bìa. Khi cô mở sách ra, những trang giấy trắng sáng đối ngược với bóng tối bao phủ khu rừng và ngôn từ trong sách đem đến sự chở che và an ủi. Các chữ cái giống như những dấu chân trên nền tuyết, một quang cảnh trắng muốt mênh mang không bị nỗi đau chạm đến, không bị xâm phạm bởi những kí ức quá đen tối để mà lưu luyến nhưng lại quá ngọt ngào để có thể rời xa.

"Con đem theo chỗ sách đó làm gì vậy, Ofelia? Chúng ta sẽ đến nông thôn đó!" Chuyến xe khiến gương mặt mẹ cô càng thêm nhợt nhạt. Chuyến đi và đứa bé mà bà đang mang. Bà giành lấy cuốn sách từ tay Ofelia, khiến tất cả những ngôn từ dịu dàng liền im bặt.

"Con quá lớn để đọc truyện cổ tích rồi, Ofelia ạ! Con phải bắt đầu nhìn vào thế giới thực đi thôi!"

Giọng mẹ cô nghe như tiếng chuông hỏng vậy. Ofelia chẳng thể nhớ nổi có bao giờ giọng bà như vậy khi cha cô còn sống hay không.

"Ôi, chúng ta sẽ đến muộn mất!" Bà thở dài, ấn khăn tay lên môi. "Ông ấy không thích chuyện đó đâu."

Ông ấy...

Mẹ cô rên lên, Ofelia liền vươn tới phía trước và nắm lấy vai tài xế.

"Dừng lại!" Cô gọi lớn. "Dừng xe lại. Ông không thấy à? Mẹ tôi đang buồn nôn."

Tài xế hãm động cơ lại với một tiếng gằn. Lũ sói – chúng là như vậy, những binh lính đang đi cùng họ đây. Những con sói ăn thịt người. Mẹ cô nói rằng những câu chuyện cổ tích chẳng liên quan gì đến thế giới thật, nhưng Ofelia biết rõ hơn thế. Chúng đã dạy cô mọi thứ về thế giới.

Cô trèo ra khỏi xe trong lúc người mẹ lập bập đi tới vệ đường rồi ói lên đám dương xỉ. Chúng mọc dày đặc giữa các thân cây như một đại dương những chiếc lá lược nhẹ như lông tơ, từ đó hiện ra các thân vỏ xám như những sinh vật trồi lên từ thế giới chìm sâu bên dưới.

Hai chiếc xe khác cũng đã dừng lại và khu rừng đầy nhúc những bộ đồng phục xám xịt. Đám cây không thích chúng. Ofelia có thể cảm nhận thấy điều đó. Serrano, sĩ quan chỉ huy, tới xem tình hình mẹ cô bé. Đó là một người đàn ông cao lớn, bệ vệ, nói quá to và mặc đồng phục như một bộ đồ hoá trang trên sân khấu. Mẹ cô nhờ gã lấy nước bằng giọng nói như chuông hỏng của mình, còn Ofelia thì đi thêm một đoạn xuống con đường đất không lát.

Nước, đám cây rì rào. *Đất. Mặt trời.*

Đám lá dương xỉ cọ vào váy Ofelia như những ngón tay màu xanh lục, cô hạ tầm mắt xuống khi giẫm lên một hòn đá. Nó có màu xám như bộ đồng phục của các binh sĩ, đặt ở giữa đường như thể ai đó đã để quên ở đấy. Mẹ Ofelia đang nôn oẹ thêm lần nữa sau lưng cô. Tại sao phụ nữ lại trở nên ốm yếu khi đưa trẻ con tới thế giới này nhỉ?

Ofelia cúi xuống rồi khum những ngón tay mình quanh hòn đá. Thời gian đã phủ rêu lên nó, nhưng khi Ofelia phủi rêu đi, cô thấy rằng hòn đá này khá phẳng, mịn, và rằng ai đấy đã khắc một con mắt lên đó.

Một con mắt người.

Ofelia nhìn quanh.

Tất cả những gì cô có thể thấy là ba cột đá sờn mòn, gần như vô hình giữa đám dương xỉ mọc cao. Phiến đá xám mà từ đó chúng được tạc nên chứa đầy những hoa văn đồng tâm kì dị, còn cây cột ở trung tâm có một gương mặt bằng đá cổ xưa đã bị ăn mòn đang hướng ánh nhìn vào khu rừng. Ofelia không cưỡng lại được. Cô bước ra khỏi con đường rồi tiến về phía gương mặt đá, mặc cho đôi giày đã ướt đẫm sương chỉ sau vài bước chân và đám cây kế bên đang bám vào váy áo.

Gương mặt đó bị thiếu một con mắt. Giống y như một hình ghép bị thiếu mất một mảnh - đang chờ được giải.

Ofelia siết chặt lấy hòn đá hình con mắt rồi bước lại gần hơn.

Bên dưới cái mũi được chạm khắc bằng những đường thẳng vào gương mặt màu xám, là cái miệng há hốc phô ra bộ răng mòn vẹt. Ofelia lập bập lùi lại, khi từ giữa hai hàm răng, một cơ thể có cánh mảnh như cành cây non rung rinh, trỏ các xúc tu dài, run rẩy về phía cô. Những cái chân côn trùng thò ra khỏi miệng đá, rồi sinh vật đó - lớn hơn bàn tay Ofelia - vội vã bò lên trên cây cột. Khi đã lên đến đỉnh, nó giơ đôi chân trước mảnh khảnh của mình lên rồi bắt đầu khua khoắng trước mặt cô. Nó khiến Ofelia mỉm cười. Dường như đã lâu lắm rồi kể từ lần cuối cô cười. Đôi môi cô không còn quen với việc đó nữa.

"Ngươi là ai vậy?" Cô thì thầm.

Sinh vật lại khua đôi chân trước lần nữa rồi phát ra vài âm thanh lách tách vui tai. Có lẽ nó là một con dế. Dế trông có như thế này không nhỉ? Hay nó là chuồn chuồn? Ofelia không biết chắc nữa. Cô lớn lên trong thành phố, giữa những bức tường dựng nên từ các viên đá không có mắt hay mặt mũi. Không cả những cái mồm há hốc.

"Ofelia!"

Sinh vật kia dang rộng cánh. Ofelia dõi mắt theo trong lúc nó bay đi. Mẹ cô bé đang đứng dưới con đường chỉ cách đó vài bước chân, Sĩ quan Serrano bên cạnh bà.

"Nhìn giày của con kìa!" Mẹ cô quở trách với sự cam chịu yếu đuối mà giờ đây giọng bà thường xuyên mang.

Ofelia nhìn xuống. Đôi giày ẩm sì của cô dính đầy bùn, nhưng cô vẫn cảm thấy nụ cười trên môi mình.

"Con nghĩ mình đã nhìn thấy một Nàng Tiên!" Cô bảo mẹ mình. Phải. Sinh vật đó chính là tiên. Ofelia biết chắc như vậy.

Nhưng mẹ cô không chịu lắng nghe. Tên bà là Carmen Cardoso, mới ba mươi hai tuổi nhưng đã là goá phụ, và bà chẳng nhớ nổi cảm giác khi nhìn một vật gì đó mà không cảm thấy ghê tởm hay không sợ hãi nó. Tất cả những gì bà thấy là một thế giới đã cướp đi thứ mà bà yêu thương rồi nghiền nát nó thành cát bụi giữa hàm răng của mình. Vậy nên, vì Carmen Cardoso yêu con gái mình, yêu thương cô hết mực, bà đã tái giá. Thế giới này là do đàn ông thống trị – con của bà chưa hiểu được điều đó – và chỉ một người đàn ông mới có thể giúp cho cả hai bọn họ được an toàn. Mẹ Ofelia không biết điều này, nhưng bà cũng tin vào truyện cổ tích. Carmen Cardoso tin vào câu chuyện nguy hiểm nhất từng tồn tại: câu chuyện về chàng hoàng tử sẽ giải thoát cho bà.

Sinh vật có cánh đã chờ Ofelia trong cái miệng há ngoác của cột đá biết tất cả những điều này. Nó biết rất nhiều chuyện, nhưng nó không phải là một Nàng Tiên – ít nhất là không phải theo cái cách mà chúng ta thích nghĩ về tiên. Chỉ có chủ nhân mới biết tên thật của nó, vì trong Vương quốc Ma thuật, biết một cái tên đồng nghĩa với việc sở hữu sinh vật mang cái tên ấy.

Từ cành của cây linh sam, nó quan sát Ofelia và mẹ trở vào trong xe để tiếp tục cuộc hành trình của mình. Nó đã chờ đợi cô một thời gian dài rồi: cô bé đã mất mát quá nhiều và sẽ phải để mất thêm nhiều nữa để tìm được những gì thực sự thuộc về mình. Sẽ không dễ dàng để giúp được cô bé, nhưng đó là nhiệm vụ mà chủ nhân đã giao cho nó, và thần sẽ không bỏ qua nếu những mệnh lệnh của mình không được tuân theo. Ôi không, thần sẽ không để yên đâu.

Những chiếc xe tiến sâu nữa sâu mãi vào trong rừng, cùng với cô bé, người mẹ và đứa trẻ chưa ra đời. Rồi sinh vật mà Ofelia đã gọi là Nàng Tiên sải đôi cánh côn trùng của mình ra, gập sáu cái chân mảnh khảnh lại, và bay theo đoàn xe.

2

MỌI HÌNH DẠNG ÁC QUỶ MANG

Ác quỷ ít khi hiện hình ngay lập tức. Ban đầu nó thường chỉ hơn một lời thì thầm đôi chút. Một cái liếc nhìn. Một sự phản bội. Nhưng rồi nó phát triển và cắm rễ, vẫn vô hình, không ai để ý tới. Chỉ có những câu chuyện cổ tích mới cho ác quỷ một hình dạng rõ ràng. Con sói lớn xấu xa, gã vua hiểm ác, yêu quỷ, và quỷ vương...

Ofelia biết rằng người đàn ông mà cô sẽ sớm phải gọi tiếng "Cha" là một kẻ xấu xa. Hắn có nụ cười của gã khổng lồ một mắt Ojáncanu(1), trong đôi mắt tối sầm ẩn náu sự tàn bạo của đám quái vật Cuegle(2) và Nuberu(3) - những sinh vật cô đã gặp trong các

(1) Quái vật khổng lồ một mắt Ojáncanu trong thần thoại của người Cantabri (tộc người cổ sinh sống tại duyên hải phía Bắc Tây Ban Nha) được cho là hiện thân của sự xấu xa và tàn ác. Chúng cao hơn 3 mét, sở hữu sức mạnh phi phàm, mỗi bàn tay và bàn chân có mười ngón, miệng có tới hai hàm răng. Tính tình hung dữ và hiếu chiến. Ojáncanu thường xuyên làm những việc xấu như đẩy đá, phá lều trại và cây cối, chặn nguồn nước...

(2) Cuegle là một quái vật trong trong thần thoại Cantabri, đi bằng hai chân và sở hữu hình thể gần tương tự với con người. Nó có lớp da đen, bộ râu dài, lông xám, ba cánh tay không có bàn hay ngón, năm hàm răng, trên đầu có sừng và ba con mắt: một xanh lá, một đỏ, một xanh dương - con mắt bên trái nhìn thấy quá khứ, con mắt bên phải nhìn thấy hiện tại, còn con mắt ở giữa nhìn thấy tương lai. Cuegle tấn công gia súc, và trộm các em bé từ trong nôi.

(3) Trong thần thoại Cantabri, Nuberu được miêu tả là các sinh vật nhỏ bé, tinh quái, cơ thể tròn mập, gương mặt xảo trá, luôn gom góp mây đen. Con người cho rằng chúng là thủ phạm của các cơn mưa bão lớn xảy ra vào đêm khuya và phá hỏng mái nhà.

cuốn truyện cổ tích. Nhưng mẹ Ofelia lại không thấy được hình dạng thực sự của hắn. Người ta thường trở nên mù quáng khi lớn lên và có lẽ Carmen Cardoso đã không để ý thấy nụ cười gian ác đó, vì *Capitán*[1] Vidal khá điển trai và lúc nào cũng ăn bận hoàn hảo trong bộ đồng phục dự tiệc, đôi bốt, cùng găng tay. Do khao khát được bảo vệ quá lớn lao, có lẽ mẹ cô đã nhầm lẫn sự khát máu của hắn với uy quyền và sự tàn bạo với sức mạnh.

Capitán Vidal nhìn chiếc đồng hồ bỏ túi của mình. Mặt kính có một vết rạn, nhưng các kim bên dưới vẫn chỉ thời gian và chúng báo hiệu rằng đoàn xe đã muộn giờ.

"Mười lăm phút," Vidal lẩm bẩm, giống như mọi con quái vật - giống như Tử Thần - hắn luôn luôn đúng giờ.

Phải, họ đã muộn, khi cuối cùng cũng đến được chỗ nhà máy xay cũ mà Vidal chọn làm tổng hành dinh, đúng như những gì Carmen lo sợ. Vidal ghét khu rừng. Hắn ghét mọi thứ không tuân theo một trật tự chỉn chu, trong khi đám cây lại quá sẵn sàng che giấu những kẻ mà hắn đã đến tận đây để săn lùng. Họ chiến đấu chống lại chính bóng tối mà Vidal phục tùng và ngưỡng mộ, nên hắn đã tới khu rừng già này để đập nát họ. Ồ đúng vậy, người cha mới của Ofelia yêu thích việc đập nát xương tất cả những kẻ mà hắn

(1) (Tiếng Tây Ban Nha) Đại uý.

cho là yếu ớt, khiến họ đổ máu, và tạo ra một trật tự mới cho thế giới bề bộn và khốn khổ của họ.

Hắn chào đón đoàn xe. Miệng mỉm cười.

Nhưng Ofelia đã nhìn thấy vẻ khinh miệt trong đôi mắt Vidal khi hắn chào đón họ trong khoảnh sân bụi bặm, nơi ngày xửa ngày xưa, những người nông dân của các làng mạc xung quanh đã chở thóc lúa của mình tới cho người chủ nhà máy xay. Dù vậy, mẹ Ofelia lại mỉm cười với hắn và cho phép Sói chạm vào cái bụng đang căng phồng vì đứa con của hắn. Bà thậm chí còn nhẫn nhịn khi hắn bảo bà ngồi vào xe lăn như một con búp bê hỏng. Ofelia theo dõi mọi việc từ ghế sau của xe, ghê sợ cái viễn cảnh phải chìa tay ra cho Sói khi mẹ bảo cô làm vậy. Nhưng cuối cùng cô cũng trèo ra ngoài, để mẹ không phải ở một mình với hắn, cô ép những cuốn sách của mình vào ngực giống như một tấm khiên làm từ giấy và từ ngữ.

"Ofelia." Sói nghiến trèo trẹo cái tên của cô giữa đôi môi mỏng dính thành một thứ vỡ vụn y như mẹ cô, và nhìn chòng chọc vào bàn tay trái đang chìa ra của cô.

"Là tay kia, Ofelia ạ," hắn dịu dàng nói. "Nhớ lấy."

Hắn đeo đôi bao tay đen bằng da cứ sột soạt kêu khi hắn bọc lấy bàn tay của Ofelia trong một cái siết tàn bạo như bẫy của kẻ săn trộm. Sau đó hắn quay lưng về phía cô, như thể đã quên bẵng sự tồn tại của cô rồi.

"Mercedes!" Hắn gọi người phụ nữ đang giúp đỡ các binh sĩ dỡ hàng khỏi xe. "Lấy hành lí cho họ đi!"

Mercedes gầy gò và nhợt nhạt. Chị có mái tóc đen nhánh và đôi mắt sẫm trong trẻo. Ofelia nghĩ rằng chị trông giống một nàng công chúa giả dạng làm con gái nông dân. Hay có khi là một phù thuỷ, mặc dù Ofelia không dám chắc là phù thuỷ dạng nào, tốt hay xấu.

Mercedes và những người đàn ông mang chỗ vali của mẹ cô tới căn nhà cối xay. Ofelia nghĩ căn nhà trông thật bơ vơ và u buồn, như thể nó nhớ thời được làm một nhà máy xay thóc lúa mới gặt vậy. Nhưng giờ thì căn nhà đang bị giày xéo bởi đám binh lính ùn ùn chạy quanh những bức tường đá mòn vẹt của nó như bầy châu chấu. Lều trại và xe tải của chúng ở khắp mọi nơi, ngập kín khoảng sân rộng được các chuồng ngựa, kho thóc, và chính nhà máy xay bao quanh.

Những bộ đồng phục xám xịt, một căn nhà cũ kĩ, u buồn, và khu rừng đầy ngập những cái bóng... Khao khát được trở về nhà của Ofelia lớn đến nỗi khiến cô gần như không thở nổi. Nhưng không có cha cô thì chẳng có mái ấm nào cả. Cô cảm thấy lệ đang dâng lên phía sau khoé mắt, nhưng rồi cô đột nhiên nhận ra giữa các bao tải được chất đống cách đó vài bước, có một đôi cánh đang phản chiếu ánh nắng như thể được làm ra từ loại kính mỏng tang như giấy.

Chính là Nàng Tiên.

Quên khuấy đi nỗi buồn, Ofelia chạy đuổi theo, khi nó bay thẳng về phía rặng cây đằng sau nhà máy xay. Sinh vật bé nhỏ đó bay nhanh đến nỗi chẳng mấy chốc Ofelia đã loạng choạng trên đôi chân của chính mình trong lúc đuổi theo, làm rơi toàn bộ số sách.

Nhưng khi Ofelia nhặt sách lên, phủi bụi đất khỏi lớp bìa, cô thấy Nàng Tiên đang bám vào lớp vỏ của thân cây gần đó, chờ đợi cô.

Đúng vậy. Ồ phải. Nó phải đảm bảo rằng cô bé đi theo mình.

Nhưng đợi đã. Không! Cô bé lại dừng chân nữa rồi.

Ofelia đang nhìn chằm chằm vào một cổng vòm khổng lồ vừa hiện ra giữa những thân cây, nối liền khoảng trống giữa hai bức tường cổ xưa. Một cái đầu có sừng nhìn xuống từ cổng vòm với đôi mắt trống rỗng và cái mồm há ngoác, cứ như thể đang chực nuốt gọn cả thế giới vậy. Ánh nhìn từ những con mắt đó dường như khiến cho mọi thứ biến mất: nhà máy xay, các binh sĩ, Sói, thậm chí cả mẹ Ofelia. *Vào đây!* Những bức tường đổ nát dường như đang mời gọi. Ofelia có thể nhìn thấy những chữ cái chạm khắc đã phai mờ bên dưới cái đầu nhưng cô không biết chúng có ý nghĩa gì.

Dòng chữ đó là *In consiliis nostris fatum nostrum est.* "Định mệnh nằm trong những gì ta lựa chọn."

Nàng Tiên đã biến mất, và khi Ofelia bước qua cổng vòm, cái bóng ớn lạnh của nó đổ lên làn da cô. *Quay lại đi!* Có thứ gì đó trong cô cảnh báo. Nhưng cô đã không làm thế. Đôi khi lắng nghe là tốt, nhưng đôi khi lại không. Đằng nào thì Ofelia cũng không dám chắc liệu mình có được lựa chọn hay không. Đôi chân cô hoàn toàn chủ động bước đi. Hành lang mở ra phía sau cổng vòm thu hẹp lại chỉ sau vài bước chân, cho tới khi Ofelia có thể chạm vào hai bức tường ở hai bên chỉ đơn giản bằng cách dang tay ra. Cô miết hai bàn tay trên những phiến đá mòn trong lúc vẫn tiếp tục tiến bước. Đá lạnh toát bất chấp cái nóng của ngày hôm đó. Thêm vài bước nữa và cô đến một góc ngoặt. Một hành lang khác mở ra trước mắt cô, dẫn về bên trái rồi bên phải tới một góc ngoặt khác.

"Đây là một mê cung."

Ofelia quay người lại.

Mercedes đang đứng phía sau cô. Tấm khăn choàng phủ trên hai vai chị trông như thể chị đã dệt nên nó từ những chiếc lá bằng len vậy. Nếu là phù thuỷ, thì chị là một phù thuỷ xinh đẹp, chứ không phải kiểu phù thuỷ già nua héo mòn như trong hầu hết các cuốn sách của Ofelia. Nhưng từ những câu chuyện đó, cô cũng biết rằng các phù thuỷ thường không trưng ra bộ mặt thật của mình.

"Chỉ là một đống đá cũ thôi," Mercedes nói với cô. "Cũ lắm rồi. Xưa cũ hơn cả nhà máy xay nữa. Những bức tường này vẫn luôn sừng sững ở đây - rất lâu trước khi nhà máy xay được dựng nên. Cháu không nên vào trong này. Cháu có thể đi lạc mất. Trước đây đã có chuyện như vậy xảy ra rồi. Một ngày nào đó, nếu cháu muốn, cô sẽ kể cho cháu nghe câu chuyện đó."

"Mercedes! *Capitán* muốn gặp cô!" Giọng nói cộc cằn của một binh sĩ ra lệnh từ phía sau nhà máy xay.

"Tôi đến đây!" Mercedes kêu lên đáp lại.

Chị mỉm cười với Ofelia. Có những bí mật ẩn giấu trong nụ cười của chị, nhưng Ofelia thích chị. Cô rất quý mến chị.

"Cháu nghe thấy rồi đó. Cha cháu cần cô." Mercedes bắt đầu cất bước trở về phía cổng vòm.

"Ông ta không phải là cha cháu!" Ofelia nói vọng theo. "*Không* phải!"

Mercedes bước chậm lại.

Ofelia chạy tới bên cạnh chị và họ bước qua cổng vòm, bỏ lại những phiến đá lạnh lẽo và gương mặt có sừng với đôi mắt trống rỗng phía sau.

"Cha cháu là một thợ may," Ofelia kể. "Cha đã hi sinh trong chiến tranh rồi."

Nước mắt lại trào ra. Chúng luôn tới khi Ofelia nhắc đến ông. Cô không thể ngăn lại được.

"Cha may bộ váy này của cháu và chiếc áo blouse mẹ mặc. Cha đã tạo ra những bộ quần áo đẹp đẽ nhất. Còn đẹp hơn cả những thứ mà các nàng công chúa trong sách của cháu mặc nữa! *Capitán* Vidal *không* phải là cha của cháu."

"Cháu đã thể hiện điều đó rất rõ ràng," Mercedes dịu dàng đáp, quàng tay ôm lấy đôi vai của Ofelia. "Nhưng giờ thì đi thôi nào. Cô sẽ đưa cháu đến với mẹ. Chắc chắn là bà ấy đang đi tìm cháu đó."

Cánh tay chị có cảm giác thật ấm áp. Và mạnh mẽ.

"Mẹ cháu đẹp lắm đúng không cô?" Ofelia hỏi. "Là em bé đang khiến mẹ ốm yếu thôi. Cô có em trai không?"

"Cô có," Mercedes trả lời. "Rồi cháu sẽ thấy, cháu sẽ yêu em trai bé bỏng của mình thôi. Rất nhiều. Cháu sẽ không thể kìm nén được điều đó đâu."

Chị lại mỉm cười lần nữa. Có nỗi buồn vương trong đôi mắt chị. Ofelia nhìn thấy điều đó. Mercedes dường như cũng biết về mất mát.

Ngồi trên đỉnh của cổng vòm bằng đá, Nàng Tiên dõi theo bóng họ bước trở về nhà máy xay: người phụ nữ và cô gái, xuân và hạ, sánh bước bên nhau.

Cô gái sẽ quay trở lại.

Nàng Tiên sẽ đảm bảo chắc chắn điều đó.

Rất sớm thôi.

Ngay khi chủ nhân của nó mong muốn.

3

CHỈ LÀ MỘT CON CHUỘT

Phải, Mercedes có em trai. Pedro nằm trong số những người đàn ông đang lẩn trốn trong rừng kia - *Maqui*, như cách họ tự gọi bản thân, chiến sĩ kháng chiến - lẩn trốn khỏi chính những binh sĩ mà Mercedes đang nấu nướng và giặt giũ cho.

Capitán Vidal và các sĩ quan của hắn đang lên kế hoạch săn lùng những người đàn ông này thì Mercedes bước vào cùng với bánh mì, pho-mát, và rượu mà hắn yêu cầu. Có một thời, chiếc bàn mà chúng đang trải bản đồ lên từng phục vụ bữa ăn cho ông chủ nhà máy xay và gia đình ông. Giờ thì tất cả những gì nó phục tùng là cái chết. Cái chết và nỗi sợ.

Ngọn lửa đang nhảy nhót trong lò sưởi vẽ những cái bóng của dao và súng trường lên bức tường bị tẩy trắng và những gương mặt đang cúi xuống tấm bản đồ. Mercedes đặt khay xuống rồi kín đáo liếc nhìn để không gây nghi ngờ về phía các vị trí quân đội được đánh dấu.

"Đám du kích không chịu rời khỏi khu rừng bởi khó có thể lần theo dấu vết của chúng ở đó được." Giọng Vidal cũng vô cảm như chính gương mặt hắn. "Bọn cặn bã đó biết rõ địa hình hơn ta nhiều. Vì vậy ta sẽ chặn mọi lối dẫn vào trong rừng. Đây. Và đây." Hắn thọc ngón tay đeo găng đen lên tấm bản đồ như một quả tên lửa.

Chú tâm vào nào, Mercedes. Rồi kể lại với em trai những gì chúng đang dự tính, nếu không chỉ trong một tuần nữa cậu ấy sẽ chết.

"Lương thực, thuốc men, ta sẽ dự trữ toàn bộ. Ngay tại đây." Vidal chỉ vào một điểm đánh dấu nhà máy xay. "Chúng ta phải lùa chúng xuống khỏi những ngọn đồi. Như thế chúng sẽ đến nạp mạng cho ta."

Ở đây, Mercedes ạ. Chúng sẽ dự trữ tất cả tại đây!

Chị chậm rãi bày đồ ăn ra bàn, mừng vì mình hoàn toàn vô hình đối với chúng, chỉ là một cô hầu gái, chỉ là một phần của căn phòng như những cái ghế và đám củi đốt.

"Chúng ta sẽ thiết lập ba trạm chỉ huy mới. Ở đây, ở đây, và ở đây."

Vidal đặt các viên đánh dấu bằng đồng lên bản đồ. Mercedes không rời mắt khỏi những ngón tay đeo găng của hắn. Chị chính là như vậy: đôi mắt và đôi tai của đám thỏ mà chúng đang săn lùng, lặng lẽ và vô hình như một con chuột.

"Mercedes!"

Chị quên cả thở khi chiếc găng tay đen tóm lấy vai mình.

Đôi mắt Vidal nheo lại vì nghi ngờ. *Lúc nào mà hắn chẳng nghi ngờ, Mercedes,* chị thầm nghĩ, cố gắng trấn tĩnh trái tim đang đập điên cuồng. Hắn thích thú với việc quan sát ánh nhìn của mình phủ nỗi sợ hãi lên một gương mặt nào đó, nhưng chị đã chơi trò này thường xuyên đến nỗi không để bản thân bị lộ. Chỉ là một con chuột. Vô hình. Chị sẽ xong đời nếu có lúc hắn đột nhiên tin rằng chị là mèo hoặc cáo.

"Gọi bác sĩ Ferreira xuống đây."

"Vâng, thưa *señor*[1]."

Chị cúi đầu xuống để khiến bản thân trở nên nhỏ bé. Hầu hết đàn ông đều không muốn phụ nữ cao ráo. Vidal cũng chẳng phải ngoại lệ.

Ba trạm chỉ huy. Thực phẩm và thuốc men sẽ được trữ trong nhà máy xay.

Sẽ tiện lợi lắm đây.

(1) Danh xưng thể hiện sự tôn trọng với đàn ông trong tiếng Tây Ban Nha.

4

BÔNG HỒNG TRÊN NGỌN NÚI U TỐI

Bác sĩ Ferreira là người tốt, một tâm hồn dịu dàng. Ngần đó đã rõ ràng với Ofelia ngay khoảnh khắc ông bước vào phòng của mẹ cô. Người ta có thể nhìn ra lòng tốt cũng rõ ràng như sự tàn bạo vậy. Nó toả ra ánh sáng cùng hơi ấm, và ông bác sĩ dường như đang tràn đầy cả hai thứ đó.

"Thứ này sẽ giúp bà ngủ ngon," ông đỡ lấy người mẹ cô trong lúc nhỏ thêm vài giọt của thứ chất lỏng màu hổ phách vào ly nước.

Mẹ cô đã không tranh cãi với bác sĩ khi ông khuyên bà nghỉ trên giường vài ngày. Đó là một chiếc giường gỗ khổng lồ, có cả đống chỗ cho cả bà và Ofelia cùng nằm. Từ khi họ tới cái nơi khốn khổ này, mẹ cô không hề khoẻ chút nào. Trán bà ướt đẫm mồ hôi, và cơn đau hằn những đường nét mảnh lên gương mặt xinh đẹp của bà. Ofelia rất lo lắng, nhưng cô cảm thấy nguôi ngoai khi quan sát đôi bàn tay điềm tĩnh của vị bác sĩ chuẩn bị liều thuốc nước.

"Chỉ hai giọt thôi," ông nói, đưa cho Ofelia cái lọ nhỏ màu nâu để cô có thể đóng nắp lại. "Cháu sẽ sớm thấy thuốc trợ giúp mẹ cháu ra sao."

Mẹ Ofelia gần như chẳng thể nuốt thứ nước đó mà không nôn khan.

"Bà cần phải uống hết đó," bác sĩ Ferreira nhẹ nhàng hối bà. "Tốt lắm."

Giọng nói của ông ấm áp như những tấm chăn phủ trên giường và Ofelia tự hỏi tại sao mẹ mình lại không phải lòng một người như bác sĩ nhỉ. Ông khiến cô nhớ tới người cha đã khuất của mình. Chỉ một chút thôi.

Ofelia vừa mới ngồi xuống mép giường thì Mercedes bước vào phòng.

"Ông ta muốn ông xuống dưới tầng," chị nói với bác sĩ Ferreira.

Ông ta. Không ai nhắc đến tên hắn cả. Vidal. Nghe cứ như một hòn đá bị ném qua ô cửa sổ, mỗi chữ cái lại là một mảnh kính vỡ. *Capitán*. Đó là cách hầu hết bọn họ gọi hắn. Nhưng Ofelia vẫn cho rằng cái tên Sói hợp với hắn hơn nhiều.

"Đừng ngại gọi tôi nhé," bác sĩ bảo với mẹ cô khi ông đóng cặp lại. "Dù là ngày hay đêm. Bà hoặc là cô y tá bé bỏng của bà," ông nói thêm, mỉm cười với Ofelia.

Rồi ông rời đi cùng với Mercedes, và lần đầu tiên Ofelia được ở riêng với mẹ mình trong căn nhà cũ kĩ đượm mùi của những mùa đông lạnh giá và nỗi buồn của những con người từ cách đây rất lâu rồi. Cô thích được ở một mình với mẹ. Trước đây thì lúc nào cũng vậy, nhưng rồi Sói đến.

Mẹ kéo cô lại gần hơn.

"Cô y tá bé bỏng của mẹ." Bà thọc bàn tay mình xuống dưới cánh tay của Ofelia với một nụ cười mệt mỏi nhưng hạnh phúc. Đóng cửa lại rồi tắt đèn đi, *cariño*[1]."

Mặc dù cô sẽ ở bên cạnh mẹ mình, nhưng Ofelia vẫn ghê sợ cái viễn cảnh phải ngủ trong căn phòng xa lạ này, dẫu vậy cô vẫn làm theo những gì mình được bảo. Cô đang với lấy then cửa thì nhìn thấy ông bác sĩ đứng trên chiếu nghỉ cùng với Mercedes. Họ không để ý thấy cô và Ofelia cũng không muốn nghe lỏm, nhưng cô không thể ngăn bản thân lắng nghe. Lắng nghe... rốt cuộc thì, đó chính là điều một đứa trẻ sẽ làm. Tìm hiểu về những bí mật của người lớn đồng nghĩa với học cách thấu hiểu thế giới của họ - và cách để sống sót trong đó.

"Ông phải giúp chúng tôi, bác sĩ!" Mercedes đang thì thào. "Đi cùng tôi đến gặp ông ấy đi. Vết thương cứ không chịu lành lại. Chân ông ấy đang ngày một trầm trọng hơn."

"Đây là tất cả những gì tôi có thể kiếm được," ông bác sĩ khẽ nói, trao cho Mercedes một gói đồ nhỏ bọc bằng giấy màu nâu. "Tôi xin lỗi."

Mercedes nhận lấy cái gói, nhưng nỗi tuyệt vọng trên gương mặt chị khiến Ofelia hoảng sợ. Mercedes trông thật mạnh mẽ, giống như một người sẽ bảo vệ cô trong căn nhà ngập tràn sự cô quạnh và những bóng ma của quá khứ này.

"*Capitán* đang đợi ông trong văn phòng ông ta." Mercedes đứng thẳng lưng và không nhìn bác sĩ

(1) (Tiếng Tây Ban Nha) Con yêu.

Ferreira trong lúc ông đi xuống cầu thang. Những bước chân của ông thật nặng nề, như thể ông đang cảm thấy tội lỗi vì đã bước đi, tránh khỏi gương mặt tuyệt vọng của Mercedes.

Ofelia đứng chết trân.

Những bí mật. Chúng bổ sung thêm vào bóng tối của thế giới nhưng đồng thời cũng khiến người ta muốn tìm hiểu thêm...

Ofelia vẫn đang đứng bên cánh cửa mở khi Mercedes quay lại. Đôi mắt chị mở to đầy hãi hùng vào khoảnh khắc chị nhìn thấy Ofelia, Mercedes liền vội vàng giấu gói đồ xuống dưới tấm khăn choàng của mình, trong khi đôi chân của Ofelia cuối cùng cũng chịu nghe lời và cô lùi lại để cài then cửa, ước gì Mercedes sẽ quên đi việc đã bị cô nhìn thấy.

"Ofelia! Đến đây nào!" Mẹ cô gọi vọng tới từ giường.

Ít nhất thì ngọn lửa cũng lan toả chút ánh sáng trong căn phòng tối, cùng hai cây nến đang bập bùng trên mặt lò sưởi. Ofelia trèo vào giường rồi quàng hai tay ôm lấy mẹ mình.

Chỉ có hai bọn họ. Tại sao như vậy lại không phải là đủ chứ? Nhưng đứa em trai của cô lại đang quẫy đạp trong bụng mẹ rồi. Nếu nó cũng giống như cha nó thì sao? *Biến đi!* Ofelia nghĩ. *Để cho bọn chị yên. Bọn chị không cần em. Vì mẹ đã có chị và chị sẽ chăm sóc mẹ.*

"Trời đất, bàn chân con... chúng lạnh như đá vậy!" Mẹ cô kêu lên.

Cơ thể bà thật ấm áp. Có lẽ hơi ấm quá mức, nhưng bác sĩ dường như không quá lo lắng về cơn sốt này.

Xung quanh họ, nhà máy xay đang rền rĩ và kêu lên cọt kẹt. Nó không muốn chứa chấp họ. Nó muốn ông chủ nhà máy quay trở lại. Hay có khi nó lại ước được ở một mình với khu rừng, rễ cây đâm xuyên qua những bức tường, tán lá che phủ mái, cho tới khi những phiến đá và thanh rầm của căn nhà lại trở thành một phần của khu rừng.

"Con có sợ không?" Mẹ cô thì thầm.

"Hơi hơi ạ," Ofelia thì thầm đáp lại.

Một tiếng rền rĩ nữa lại vọng lên từ những bức tường cũ kĩ, các thanh rầm trên đầu họ thở dài như thể có ai đó đang bẻ oằn chúng vậy. Ofelia ép sát người vào mẹ mình. Bà hôn lên mái tóc Ofelia, một mái tóc cũng đen nhánh như tóc của chính bà.

"Không có gì đâu, *cariño*. Chẳng có gì cả, chỉ là cơn gió thôi. Đêm tối ở đây rất khác. Trong thành phố, con sẽ nghe thấy tiếng ô tô, xe điện. Ở đây những ngôi nhà lâu đời hơn nhiều. Chúng kêu cọt kẹt..."

Phải, đúng là như vậy. Lần này thì cả hai người họ đều lắng nghe.

"Nghe cứ như những bức tường đang nói chuyện ấy nhỉ?" Mẹ Ofelia đã không ôm cô như vậy kể từ khi bà biết được rằng mình đang mang thai. "Mai nhé. Ngày mai mẹ sẽ cho con một bất ngờ."

"Bất ngờ sao ạ?" Ofelia ngước lên nhìn gương mặt nhợt nhạt của mẹ mình.

"Phải."

Ofelia cảm thấy thật an toàn trong vòng tay của bà. Lần đầu tiên kể từ... kể từ khi nào nhỉ? Từ khi cha cô mất. Từ khi mẹ cô gặp Sói.

"Là một cuốn sách hả mẹ?" Cô hỏi. Cha rất hay cho cô sách. Thỉnh thoảng cha thậm chí còn may quần áo cho sách nữa. *Vải lanh nhé. Để bảo vệ bìa sách, Ofelia ạ,* cha sẽ nói như vậy. *Thời nay người ta bọc chúng bằng những loại vải rất rẻ tiền. Loại này thì tốt hơn.* Ofelia nhớ cha rất nhiều. Đôi khi cô có cảm tưởng như trái tim mình đang rỉ máu và nó sẽ không lành lại cho tới khi cô được gặp ông lần nữa.

"Sách sao?" Mẹ cô khẽ cười. "Không! Không phải sách đâu! Một thứ tuyệt hơn nhiều."

Ofelia không nhắc lại với mẹ mình rằng đối với cô, chẳng có gì tuyệt vời hơn một cuốn sách cả. Mẹ cô sẽ không hiểu được đâu. Bà không biến những cuốn sách thành nơi ẩn náu của mình hay cho phép chúng đưa bà đến một thế giới khác. Bà chỉ có thể nhìn thấy thế giới này, và cũng chỉ đôi khi thôi, Ofelia nghĩ vậy. Một phần nỗi buồn của mẹ cô là ở việc bị dính chặt vào mặt đất. Những cuốn sách đã có thể kể cho bà bao nhiêu điều về thế giới này và những nơi xa xôi, về các loài động vật và thực vật, về những vì sao! Chúng có thể là cửa sổ và cửa ra vào, là đôi cánh bằng giấy để giúp bà bay xa. Có lẽ mẹ cô đã quên mất cách bay rồi. Mà có khi bà chưa từng học được điều đó.

Đôi mắt Carmen đã nhắm lại. Ít nhất thì khi đang mơ, mẹ cũng nhìn thấy nhiều hơn thế giới này đúng không? Ofelia tự hỏi trong lúc áp má vào ngực mẹ mình. Thật gần, cơ thể họ hoà vào làm một, giống như họ đã từng trước khi cô được sinh ra. Ofelia có thể nghe thấy hơi thở của mẹ mình dâng lên hạ xuống, tiếng nhịp tim của bà khẽ đập thình thịch đều đặn, như một chiếc máy đánh nhịp đập vào xương.

"Tại sao mẹ lại phải kết hôn chứ?" Ofelia thì thầm.

Khi những từ ngữ đó buột khỏi môi, một phần trong cô hi vọng rằng mẹ mình đã ngủ say. Nhưng rồi câu trả lời vọng đến...

"Mẹ đã ở một mình quá lâu rồi, tình yêu của mẹ ạ," mẹ cô đáp, nhìn chằm chằm vào trần nhà phía trên họ. Lớp nước vôi đã rạn nứt và chằng chịt mạng nhện.

"Nhưng *con* vẫn ở với mẹ cơ mà!" Ofelia kêu lên. "Mẹ đâu có một mình. Con vẫn luôn ở bên mẹ."

Mẹ cô vẫn tiếp tục không rời mắt khỏi trần, đột nhiên có cảm giác như thật xa vời. "Khi nào lớn lên con sẽ hiểu. Việc này cũng không dễ dàng với mẹ, khi cha con..."

Bà đột ngột hít một hơi rồi ấn bàn tay lên cái bụng căng phồng của mình. "Em con lại quấy rồi."

Bàn tay mẹ cô thật nóng khi Ofelia cầm lấy nó trong tay. Phải, cô cũng có thể cảm nhận thấy em trai của mình. Và không, nó chẳng chịu biến đi đâu. Nó muốn ra ngoài.

"Hãy kể cho em nghe một trong những câu chuyện của con đi!" Mẹ cô thở dốc. "Mẹ chắc chắn điều đó sẽ khiến em bình tĩnh lại đấy."

Ofelia không có cảm giác muốn chia sẻ những câu chuyện của mình với em trai, nhưng cuối cùng cô cũng ngồi dậy. Bên dưới những tấm chăn phủ màu trắng, cơ thể mẹ cô trông như thể một ngọn núi ngập trong tuyết, em trai cô đang ngủ trong cái động sâu nhất của nó. Ofelia tựa đầu lên cái gò nổi trong lớp chăn, vuốt ve nơi em trai cô đang cựa quậy, sâu dưới lớp da của mẹ mình.

"Em trai!" Cô thì thầm. "Em trai của chị."

Mẹ cô vẫn chưa đặt tên cho nó. Nó sẽ sớm cần đến một cái tên để sẵn sàng bước vào thế giới này.

"Rất nhiều, rất nhiều năm về trước... tại một vùng đất xa xôi, buồn bã..." Ofelia kể bằng một giọng nhẹ nhàng, khẽ khàng, nhưng cô chắc chắn rằng em trai có thể nghe thấy tiếng mình. "Có một ngọn núi khổng lồ làm từ đá lửa đen..."

Phía sau nhà máy xay, trong khu rừng tối tăm và câm lặng như màn đêm, sinh vật mà Ofelia đã gọi là Nàng Tiên sải cánh và lần theo âm thanh từ giọng nói của cô bé, những ngôn từ xây nên một lối đi bằng vụn bánh mì xuyên qua màn đêm.

"Và trên đỉnh của ngọn núi đó," Ofelia tiếp tục, "một bông hồng màu nhiệm bung nở mỗi sớm bình minh. Người ta nói rằng bất cứ ai ngắt nó sẽ trở nên bất tử. Nhưng không ai dám tới gần bông hoa bởi những cái gai của nó chứa đầy độc tố."

Ồ phải, có rất nhiều bông hồng như thế, Nàng Tiên nghĩ khi bay về phía ô cửa sổ mà phía sau đó, cô bé đang kể lại câu chuyện của mình. Khi luồn vào trong phòng, đôi cánh rung rinh nhẹ nhàng như giọng nói của Ofelia, nó nhìn thấy họ: cô bé và người mẹ, đang ôm lấy nhau trước bóng tối của đêm đen bên ngoài. Nhưng bóng tối bên trong căn nhà lại đáng sợ hơn nhiều, và cô bé biết rằng nó được nuôi dưỡng bởi gã đàn ông đã đem mẹ con họ tới đây.

"Người ta nói về tất cả những nỗi đau mà đám gai hoa hồng có thể gây ra," Ofelia rủ rỉ với đứa em chưa ra đời của mình. "Họ cảnh báo cho nhau rằng bất cứ kẻ nào trèo lên núi đều sẽ phải chết. Thật dễ để người ta tin vào sự đau đớn và những cái gai. Nỗi sợ giúp cho họ tin tưởng điều đó. Nhưng không ai trong số họ dám hi vọng rằng kết cục, bông hồng sẽ thưởng cho họ cuộc sống vĩnh hằng. Họ không thể hi vọng - họ không thể. Và vì vậy, bông hồng sẽ héo tàn, đêm này qua đêm khác, chẳng thể truyền lại món quà của mình cho bất cứ ai..."

Nàng Tiên ngồi trên bậu cửa sổ mà lắng nghe. Nó mừng vì cô bé biết về những cái gai, khi cô và mẹ đã đến một ngọn núi vô cùng tối tăm. Gã đàn ông thống trị ngọn núi này - ồ phải, Nàng Tiên biết mọi điều về hắn - đang ngồi ở tầng dưới, trong văn phòng của mình, căn phòng phía sau bánh xe cối xay, đánh bóng cái đồng hồ bỏ túi của cha hắn, lại một người cha khác đã hi sinh trong một trận chiến khác.

"Bông hồng đã bị lãng quên và bỏ lỡ," Ofelia ép má vào bụng mẹ mình. "Trên đỉnh của ngọn núi tối tăm, lạnh lẽo đó, mãi mãi đơn độc cho tới tận cùng của thời gian."

Cô không hề hay biết, rằng mình đang kể cho em trai nghe về cha của nó.

5

CHA VÀ CON

Vidal lau chùi chiếc đồng hồ bỏ túi của cha mình hằng đêm, khoảng thời gian duy nhất hắn tháo găng tay. Căn phòng Vidal dùng làm văn phòng nằm ngay phía sau bánh xe khổng lồ, đã từng có thời giúp việc xay ngô cho chủ nhà máy. Các nan hoa vĩ đại che lấp phần lớn bức tường phía sau và cứ thỉnh thoảng lại cho hắn cảm giác như đang sống bên trong chiếc đồng hồ, một cảm giác dễ chịu đến kì lạ. Hắn đánh bóng lớp vỏ bằng bạc được chạm khắc công phu và quét bụi khỏi các bánh răng nhẹ nhàng như thể đang chăm chút cho một sinh vật sống.

Đôi khi những đồ vật mà ta trân trọng sẽ để lộ ra bản chất của ta thậm chí còn nhiều hơn những người mà ta yêu thương. Mặt kính của chiếc đồng hồ bị rạn trong bàn tay cha Vidal vào đúng thời điểm ông ta chết, con trai ông ta đã coi điều này như minh chứng cho việc sự vật có thể thoát khỏi cái chết nếu người ta chịu giữ cho chúng sạch sẽ và tuân theo trật tự hoàn hảo.

Cha hắn là một vị anh hùng. Vidal đã lớn lên cùng với suy nghĩ đó. Hắn xây dựng bản thân xung quanh nó. Một người đàn ông thực thụ. Và suy nghĩ đó đem đến một kí ức, gần như không thay đổi, về một ngày khi hắn và cha mình đến khu vách đá Villanueva. Cảnh biển gập ghềnh nơi đường chân trời, những tảng đá lởm chởm bên dưới - cách xa khoảng ba trăm mét. Cha Vidal đã ân cần dẫn hắn lên tới mép vực rồi giữ chặt lấy hắn. Ông ta tóm lấy con trai mình khi hắn định lùi lại, ép hắn phải nhìn xuống vực thẳm. "Có cảm nhận được nỗi sợ đó không?" Cha hắn hỏi. "Con không bao giờ được phép quên nó. Đó là thứ mà con phải cảm thấy mỗi lần trở nên yếu đuối - khi con cố tình quên đi rằng bản thân phục vụ cho tổ quốc và địa vị xã hội của mình. Khi con đối mặt với cái chết hay danh vọng. Nếu con phản bội lại đất nước mình, cái tên của bản thân, hay di sản mà mình có, việc đó sẽ giống như con vừa bước một bước tới trước để lao mình xuống vậy. Con không thể nhìn thấy vực thẳm đó, nhưng nó cũng không hề kém phần thực tế đâu. Đừng bao giờ quên điều đó, con trai của ta..."

Một tiếng gõ lên cửa khiến cho hiện tại xoá bỏ quá khứ. Đó là một tiếng gõ khẽ tới mức nó phản bội lại kẻ đang xin phép được vào trong.

Vidal cau mày. Hắn ghét bất cứ thứ gì làm gián đoạn nghi thức hằng đêm của mình. "Vào đi!" Hắn gọi, vẫn chú tâm vào những chuyển vận lấp loáng của chiếc đồng hồ.

"*Capitán.*"

Những bước chân của bác sĩ Ferreira cũng khẽ khàng và cẩn trọng như giọng nói của ông vậy. Ông dừng lại cách cái bàn một khoảng nhỏ.

"Cô ta thế nào rồi?" Vidal hỏi.

Những bánh răng của chiếc đồng hồ bỏ túi bắt đầu chuyển động theo nhịp điệu hoàn hảo của chúng, một lần nữa xác nhận rằng không có giới hạn cho trật tự được duy trì tốt. Sự bất tử rất sạch sẽ và chính xác. Chắc chắn là nó không cần đến một trái tim. Nhịp đập của con tim có thể trở nên bất thường thật dễ dàng, rồi cuối cùng nó cũng ngừng lại, dù cho người ta có chăm sóc cẩn thận đến thế nào.

"Bà ấy đang yếu lắm," bác sĩ Ferreira đáp.

Phải, thật nhẹ nhàng. Vị bác sĩ tốt bụng này là như vậy. Quần áo mềm mại, giọng nói nhẹ nhàng, đôi mắt dịu dàng. Vidal dám chắc rằng mình có thể bẻ gãy ông dễ như bỡn, như bẻ cổ một con thỏ.

"Cô ta cần nghỉ ngơi bao lâu cũng được," hắn nói. "Ta sẽ ngủ dưới này."

Đằng nào thì như thế cũng khiến mọi việc dễ dàng hơn. Hắn đã thấy mệt mỏi vì Carmen rồi. Hắn chán mọi người phụ nữ khá dễ dàng. Họ thường cố gắng tiếp cận quá gần. Vidal không muốn bất cứ ai tới gần mình. Điều đó khiến hắn trở nên yếu ớt. Mọi trật tự sẽ biến mất khi tình yêu tiến vào. Thậm chí cả khát khao cũng có thể trở nên mông lung trừ khi có người nuôi dưỡng nó và tiếp tục tiến bước. Phụ nữ không hiểu được điều đó.

"Còn con trai của ta thế nào?" Hắn hỏi. Đứa trẻ là thứ duy nhất hắn quan tâm. Một người đàn ông không thể bất tử nếu không có một đứa con trai.

Bác sĩ ngạc nhiên nhìn hắn. Đôi mắt ông lúc nào cũng mang một vẻ hơi ngạc nhiên đằng sau cặp kính gọng bạc đó. Ông vừa hé khuôn miệng nhẹ nhàng của mình để trả lời thì Garces và Serrano xuất hiện nơi ngưỡng cửa.

"*Capitán*!"

Vidal khiến các sĩ quan của mình câm bặt bằng một cái phẩy tay. Nỗi sợ trên gương mặt họ chưa bao giờ khiến hắn ngưng thoả mãn. Nó thậm chí còn khiến hắn quên mất cái nơi này tồi tàn đến mức nào, cách quá xa các thành phố và chiến trường nơi lịch sử được viết nên. Phải đóng quân ở cái khu rừng bẩn thỉu, bị phiến quân chống phá này - hắn sẽ phải tận dụng nó tối đa. Hắn sẽ gieo rắc nỗi sợ và cái chết với sự chuẩn xác đến mức những tướng lĩnh đã cử hắn tới đây phải nghe tin về nó. Vài người trong số họ đã chiến đấu cùng với cha hắn.

"Con trai của ta!" Hắn nhắc lại, giọng nói chứa sự gay gắt đầy nôn nóng như lưỡi dao cạo. "Nó thế nào?"

Ferreira vẫn đang nhìn hắn đầy hoang mang. *Tôi đã bao giờ gặp một người đàn ông nào như ông chưa?* Đôi mắt ông dường như đang hỏi. "Tạm thời," ông trả lời, "không có lí do gì cần phải lo lắng cả."

Vidal với tay lấy điếu thuốc lá và cái mũ của mình. "Tốt lắm," hắn nói, đẩy ghế lùi lại. Điều đó có nghĩa là: *Đi đi.*

Nhưng vị bác sĩ vẫn đứng trước chiếc bàn.

"Đáng ra vợ của ngài không nên đi xa, thưa *Capitán*. Không phải trong giai đoạn cuối của thai kì như thế này."

Thật ngu ngốc. Cừu không nên nói như thế với sói.

"Đó là ý kiến của ông à?"

"Ý kiến chuyên môn của tôi. Phải, thưa *Capitán*, chính là vậy."

Vidal chầm chậm bước quanh bàn, mũ đồng phục kẹp dưới cánh tay. Hắn cao hơn Ferreira. Đương nhiên rồi. Ferreira là một người đàn ông nhỏ bé. Tóc ông đang thưa dần và bộ râu xơ xác khiến ông trông thật già nua và thảm hại. Vidal yêu thích cái cằm được cạo sạch mà một lưỡi dao sắc bén đem đến. Hắn chẳng cảm thấy gì ngoài sự khinh miệt đối với những người đàn ông như Ferreira. Ai lại muốn chữa lành trong một thế giới chỉ toàn giết chóc cơ chứ?

"Một đứa con trai," hắn điềm tĩnh tuyên bố, "nên được sinh ra ở nơi có cha nó."

Ngu xuẩn. Vidal bước về phía cửa, làn khói từ điếu thuốc lá đi theo hắn qua căn phòng được thắp sáng yếu ớt. Vidal không thích ánh sáng. Hắn thích được nhìn thấy bóng tối của bản thân mình. Hắn đã ra gần đến cửa thì Ferreira lại một lần nữa cất lên thứ giọng dịu dàng đáng ghét của mình.

"Điều gì đã khiến ngài chắc chắn rằng em bé là con trai đến vậy, thưa *Capitán*?"

Vidal quay lại với một nụ cười, đôi mắt hắn đen như bồ hóng. Hắn có thể khiến người ta cảm thấy con dao của hắn đang xọc vào giữa khung xương sườn chỉ bằng cách nhìn họ.

"Ông đi được rồi đấy," hắn nói.

Hắn có thể thấy rằng Ferreira cảm nhận được lưỡi dao đó.

* * *

Các binh sĩ trong ca canh gác đã bắt được hai người săn thỏ quá giờ giới nghiêm. Vidal ngạc nhiên khi thấy Garces lại cho rằng chuyện đó đáng để gọi hắn đến, dù tất cả các sĩ quan của Vidal đều biết hắn ghét bị làm phiền vào lúc tối muộn như thế này.

Mặt trăng như một cái liềm đói ăn trên bầu trời khi họ bước ra khỏi nhà máy xay.

"Vào lúc tám giờ, chúng tôi phát hiện ra có chuyển động ở khu vực Tây Bắc," Garces báo cáo khi họ băng qua khoảng sân. "Tiếng súng nổ. Trung sĩ Bayona đã lục soát khu vực đó và bắt được các nghi phạm." Garces lúc nào cũng nói như thể đang đọc chính tả từng từ một.

Những kẻ bị bắt - một ông già và một người trẻ hơn nhiều - tái nhợt như vầng trăng gầy yếu kia. Bộ quần áo họ mặc bẩn thỉu vì chui trong rừng, còn đôi mắt mờ đi vì tội lỗi và sợ hãi.

"*Capitán*," người trẻ hơn lên tiếng khi Vidal chăm chú xem xét họ mà không nói một lời nào, "đây là cha tôi." Y chỉ sang người đàn ông lớn tuổi. "Ông ấy là một người đáng kính."

"Ta sẽ là người đánh giá điều đó." Mặc dù Vidal thích thú nhìn vẻ sợ hãi trên gương mặt của kẻ khác, điều đó cũng đồng thời khiến hắn giận dữ.

"Và trước mặt một sĩ quan phải để đầu trần."

Người con trai cởi chiếc mũ tàn tạ của mình xuống. Vidal biết vì sao thằng nhãi lại né tránh ánh mắt của hắn. Thằng nông dân bẩn thỉu! Y là một kẻ kiêu hãnh – người ta có thể nghe thấy điều đó trong giọng nói của y – và đủ thông minh để biết rằng những kẻ bắt giữ mình sẽ không thích điều đó.

"Chúng tôi đã tìm thấy cái này trên người chúng." Serrano đưa cho Vidal một khẩu súng trường cũ. "Nó đã được bóp cò."

"Chúng tôi đang săn thỏ!" Thằng bé đầy kiêu hãnh và không có sự tôn kính.

"Ta có nói là ngươi được phép lên tiếng không?"

Người đàn ông lớn tuổi sợ hãi tới mức hai đầu gối suýt chút nữa thì khuỵu xuống. Lo sợ cho con trai mình. Một tên lính trong đám đang giữ ông giật cái túi ra khỏi đôi vai còng của ông già rồi trao nó cho Vidal. Hắn lôi ra một cuốn niên giám bỏ túi được chính phủ Cộng hoà cấp cho tất cả các nông dân – trông nó có vẻ đã được đọc rất nhiều lần. Bìa sau in hình lá cờ của phe Cộng hoà, và Vidal đọc to dòng khẩu hiệu với nụ cười nhạo báng:

"*Không thánh thần, không quốc gia, không chủ nhân.* Ra vậy."

"Là tuyên truyền đỏ, thưa *Capitán*!" Serrano tỏ ra tự hào và nhẹ nhõm vì gã không phải vừa làm phiền *capitán* chỉ vì hai tên nông dân bẩn thỉu. Có khi hai tên này thậm chí còn thuộc nhóm quân kháng chiến chống lại Tướng Franco[1], những kẻ mà chúng đã đến để săn lùng trong khu rừng đáng nguyền rủa này.

"Đó *không phải* là tuyên truyền gì hết!" Cậu con trai phản kháng.

"Suyttt."

Đám binh lính nghe thấy sự đe doạ trong tiếng rít cảnh cáo của Vidal, nhưng cậu trai trẻ vênh vang ngu ngốc kia vẫn quá háo hức muốn bảo vệ cha mình. Tình yêu gây chết người theo rất nhiều cách.

"Đó chỉ là một cuốn niên giám cũ thôi, thưa *Capitán*!"

Không, thằng bé không chịu ngậm mồm lại.

"Chúng tôi chỉ là nông dân thôi," cha y lên tiếng, cố gắng thu hút để ánh nhìn của Vidal rời khỏi con trai mình.

"Nói tiếp đi." Vidal rất thích thú khi người ta bắt đầu cầu xin được tha mạng.

"Tôi đã vào rừng để săn thỏ. Cho các con gái của tôi. Cả hai đứa đều đang ốm."

Vidal khịt mũi ngửi cái chai mà hắn lôi ra khỏi túi của ông già. Nước. Người ta phải làm những việc này thật điềm tĩnh để mà tận hưởng chúng.

---

(1) Cuộc Nội chiến Tây Ban Nha diễn ra từ năm 1936 đến năm 1939, giữa một bên là phe Cộng hoà – chính phủ mặt trận nhân dân của Đệ Nhị Cộng hòa Tây Ban Nha (được Liên Xô và Mexico hỗ trợ) cùng Lữ đoàn quốc tế, và bên kia là phe Quốc gia tiến hành cuộc đảo chính do Tướng Francisco Franco lãnh đạo (được phát xít Đức và Italy hỗ trợ). Do bối cảnh chính trị quốc tế lúc bấy giờ, cuộc chiến mang nhiều khía cạnh khác nhau như đấu tranh giai cấp, đấu tranh giữa chế độ độc tài và dân chủ, giữa chủ nghĩa phát xít và chủ nghĩa cộng sản. Cuộc nội chiến kết thúc với thắng lợi thuộc về phe Quốc gia, và đưa Tây Ban Nha bước vào chế độ độc tài của Tướng Franco. Dù cuộc xung đột đã chính thức chấm dứt, chiến tranh du kích vẫn tiếp tục ở một số nơi, cho tới đầu những năm 1950, khi chính quyền Franco dần đàn áp và tiêu diệt hết các nhóm kháng chiến.

Trật tự. Kể cả trong những việc này.

"Thỏ..." Hắn nói. "Thật sao?"

Hắn biết đứa con trai sẽ chui vào bẫy. Ồ phải, hắn biết phải làm việc này thế nào. Các tướng lĩnh đáng ra không nên lãng phí tài năng của hắn trong khu rừng này. Hắn có thể làm được những điều vĩ đại.

"*Capitán*, với lòng tôn kính," người con trai nói, "nếu cha tôi nói rằng ông ấy đang săn thỏ, thì chính là ông ấy đang săn thỏ." Y giấu lòng kiêu hãnh của mình bên dưới mí mắt trĩu xuống, nhưng đôi môi lại phản bội y.

Thật điềm tĩnh. Đó là cách mà việc này cần phải được thực hiện.

Vidal cầm lấy chai nước rồi dộng nó vào gương mặt của cậu trai trẻ vênh vang. Sau đó hắn xọc mảng thuỷ tinh vỡ vào mắt y. Lặp đi lặp lại. *Cứ để cho cơn thịnh nộ bùng phát, nếu không nó sẽ nuốt trọn ngươi.* Mảng thuỷ tinh cứa đứt và đập giập, biến da và thịt thành mớ nhão nhoét đầy máu me.

Người cha hét lên to hơn cả đứa con trai, nước mắt vẽ thành vệt trên đôi má cáu bẩn của ông.

"Mày giết nó! Mày giết nó rồi! Quân sát nhân!"

Vidal bắn thẳng vào ngực ông. Chỗ đó cũng chẳng hẳn hoi là một lồng ngực đầy đặn. Những viên đạn dễ dàng tìm thấy trái tim ông. Hai viên xuyên qua bộ quần áo bẩn thỉu, rách rưới và bộ xương ìu như bìa các-tông của ông.

Đứa con trai vẫn còn đang cử động, đôi tay y đỏ lòm vì máu của chính mình trong lúc y ấn nó vào những viết thương há ngoác trên mặt. Một đống bầy nhầy. Vidal cũng bắn y. Dưới vầng trăng khuyết nhợt nhạt.

Khu rừng theo dõi sự việc cũng lặng lẽ như đám binh lính của hắn.

Vidal lau sạch đôi bàn tay đeo găng lên chiếc túi, sau đó dốc ngược nó xuống mặt đất. Giấy tờ. Lại thêm nhiều giấy tờ nữa. Và xác hai con thỏ. Hắn cầm chúng lên. Chúng là những con vật nhỏ bé gầy nhẳng, chỉ toàn xương và lông. Có thể món thịt hầm đáng lẽ sẽ được nấu ra từ đây.

"Có lẽ lần sau ngươi sẽ học được cách lục soát mấy tên khốn này cẩn thận hơn," hắn nói với Serrano, "trước khi đến gõ cửa phòng ta."

"Vâng, thưa *Capitán*."

Tất cả bọn chúng đều cứng người đứng đó.

Sao hả? Vidal thách thức chúng bằng mắt. Hắn nóng tính. Phải. Lúc này chúng đang nghĩ gì khi nhìn chằm chằm vào hai kẻ đã chết dưới chân mình? Rằng cha và anh em của một vài người trong số chúng cũng là nông dân? Rằng họ cũng yêu thương các con gái và con trai của mình? Rằng rồi một ngày hắn cũng sẽ làm điều tương tự với chúng?

Có thể.

Tất cả chúng ta đều là sói, hắn muốn nói với chúng. *Hãy học hỏi ta.*

LỜI HỨA CỦA NHÀ ĐIÊU KHẮC

Ngày xửa ngày xưa, có một nhà điêu khắc trẻ tuổi tên Cintolo. Anh phục vụ đức vua của một vương quốc sâu dưới lòng đất, sâu đến nỗi cả những tia mặt trời hay ánh trăng đều không thể tìm thấy. Anh lấp đầy những khu vườn hoàng gia bằng các bông hoa tạo tác từ hồng ngọc và những đài phun nước tạc từ đá khổng tước. Anh tạc những bức tượng bán thân của đức vua và vương hậu giống y như đúc, mọi người đều tin rằng họ có thể nghe thấy tiếng thở của những bức tượng.

Con gái duy nhất của đức quân chủ – công chúa Moanna – rất thích ngắm nhìn nhà điêu khắc làm việc, nhưng Cintolo chưa bao giờ khắc hoạ được hình dáng của nàng. “Ta không thể ngồi im lâu đến vậy được, Cintolo à,” nàng nói. “Có quá nhiều việc phải làm và quá nhiều thứ cần xem.”

Rồi một ngày, Moanna biến mất. Cintolo nhớ lại rằng nàng đã rất thường xuyên hỏi mình về mặt trời và mặt trăng, về việc liệu anh có biết những cái cây mà rễ của chúng đang đan bện trên trần phòng ngủ nàng trông như thế nào ở trên mặt đất hay không.

Đức vua và vương hậu đau lòng tới mức cả Vương quốc Lòng đất vang vọng tiếng thở dài của họ, và nước mắt họ phủ lên những bông hoa của nhà điêu khắc như những giọt sương. Thần Nông, người cố vấn cho họ trong mọi vấn đề về thú vật và những vật linh thiêng đang hít thở dưới lòng đất, cử các sứ giả của thần đi – dơi và tiên, thỏ và quạ – để đón Moanna trở về, nhưng tất cả những con mắt đó đều không thể tìm thấy nàng.

Một đêm sau khi công chúa đã biến mất được 330 năm, Thần Nông bước vào xưởng làm việc của Cintolo, nơi nhà điêu khắc đã ngủ thiếp đi giữa đám đồ nghề của mình. Anh khao khát muốn giúp cho đức vua và vương hậu khuây khoả bằng cách chạm khắc nên vẻ mặt của Moanna từ một khối đá mặt trăng tuyệt đẹp, nhưng dù có cố gắng đến đâu, anh cũng không thể nhớ ra gương mặt nàng công chúa.

"Ta có nhiệm vụ cho ngươi đây, Cintolo," Thần Nông lên tiếng, "và ngươi sẽ không được phép thất bại. Ta muốn thật nhiều tượng của đức vua và vương hậu – nhiều như những phiến lá duỗi thẳng của dương xỉ – mọc lên từ nền đất tại Vương quốc Phía trên. Ngươi có thể tạo ra chúng không?"

Cintolo không dám chắc, nhưng chẳng có ai dám nói lời từ chối với Thần Nông, như anh đã được biết về tính khí nóng nảy của thần và tầm ảnh hưởng của thần lên nhà vua. Vậy là Cintolo bắt tay vào công việc. Một năm sau, hàng trăm cột đá mọc lên từ nền đất của Vương quốc Phía trên, thể hiện gương mặt đau buồn của cha mẹ Moanna, mang theo niềm hi vọng của Thần Nông rằng có thể nàng công chúa mất tích một ngày nào đó sẽ đi ngang qua chúng và được gợi nhắc về việc mình là ai. Nhưng lại một lần nữa, nhiều năm trôi qua và vẫn chẳng có chút tin tức gì về Moanna. Hi vọng tắt ngấm trong Vương quốc Lòng đất như bông hoa lụi tàn dưới màn mưa.

Cintolo già đi, nhưng ông không thể chịu đựng nổi suy nghĩ rằng mình có thể sẽ chết trước khi những kĩ năng của ông đem được đứa con mất tích của những chủ nhân hoàng gia trở lại. Vậy là ông đến xin yết kiến Thần Nông.

Thần Nông đang cho bầy tiên phục vụ mình ăn khi nhà điêu khắc bước vào. Thần Nông cho chúng uống nước mắt của mình để nhắc nhở chúng về Moanna, vì tiên là những sinh vật khá đãng trí.

"Thưa thần đầu sừng," nhà điêu khắc nói, "liệu tôi có thể đem những kĩ năng khiêm tốn của mình để tìm công chúa mất tích của chúng ta thêm lần nữa không?"

"Và ngươi định sẽ làm việc đó như thế nào?" Thần Nông hỏi khi các tiên liếm một giọt nước mắt nữa từ những ngón tay để móng dài của thần.

"Xin hãy cho phép tôi không trả lời câu hỏi của thần," Cintolo đáp. "Tôi vẫn chưa biết liệu đôi tay của mình có thể tạo ra được thứ mà mình nhìn thấy trong đầu hay không. Nhưng tôi hi vọng rằng dù có không nói gì, thần cũng sẽ đồng ý ngồi xuống để tôi có thể tạc tượng thần."

"Ta ư?" Thần Nông ngạc nhiên trước yêu cầu của Cintolo. Nhưng thần nhìn thấy trên gương mặt của ông lão là niềm đam mê, sự kiên nhẫn, và đức tính quý giá hơn tất thảy trong những thời khắc tuyệt vọng: niềm hi vọng. Vậy là thần gạt đi mọi nhiệm vụ khác – mà Thần Nông thì có rất nhiều việc – để nhẫn nại ngồi làm mẫu cho nhà điêu khắc.

Cintolo không dùng đá cho tác phẩm điêu khắc này. Ông tạc chân dung của Thần Nông từ gỗ, vì gỗ luôn ghi nhớ rằng có thời nó đã từng là một cái cây sống, sinh sôi và hít thở trong cả hai vương quốc – vương quốc phía trên và vương quốc phía dưới.

Cintolo mất ba ngày ba đêm để hoàn thành bức điêu khắc, và khi ông bảo Thần Nông đứng lên khỏi ghế, bức tượng gỗ của thần cũng làm theo.

"Xin hãy bảo nó đi tìm công chúa, thưa thần," nhà điêu khắc nói. "Tôi xin hứa rằng nó sẽ không ngừng nghỉ hay chết đi trước khi hoàn thành nhiệm vụ của mình."

Thần Nông mỉm cười, vì thần nhận ra một phẩm chất hiếm có khác trên gương mặt của ông lão: niềm tin. Niềm tin vào nghệ thuật của mình và những gì nó có thể làm. Và lần đầu tiên trong nhiều năm trời, Thần Nông lại dám hi vọng.

Nhưng tại Vương quốc Phía trên có rất nhiều con đường, dù cho sinh vật của nhà điêu khắc đã đi qua rừng cây và sa mạc, băng qua đồng bằng và núi non, nó cũng không thể tìm ra nàng công chúa mất tích để hoàn thành lời hứa của người đã tạo ra nó. Cintolo vô cùng đau lòng, và khi Tử Thần gõ cửa xưởng làm của ông, ông đã không đuổi Nàng đi mà theo chân Nàng, hi vọng sẽ quên đi thất bại của mình trong vùng đất lãng quên.

Sinh vật của Cintolo cảm nhận thấy cái chết của ông như một cơn đau nhói. Cơ thể bằng gỗ của nó, già cỗi và héo mòn vì gió mưa và tất cả những dặm đường mà nó đã đi qua trong cuộc tìm kiếm của mình, khô cứng lại vì đau buồn và đôi chân sẽ không bao giờ bước thêm một bước nào nữa. Hai cây cột mọc lên từ đám dương xỉ vạch ra con đường mà nó đã đi theo. Chúng mang gương mặt buồn rầu của đức vua và vương hậu, những người có cô con gái mà nó đã tìm kiếm quá lâu trong vô vọng. Quyết tâm hoàn thành nhiệm vụ của mình, sinh vật bèn bứt con mắt bên phải ra rồi đặt con mắt lên lối mòn trong rừng. Sau đó nó đờ đẫn bước vào trong đám dương xỉ và hoá đá bên cạnh vị vua và vương hậu mà nó đã thất hứa, cái miệng há ra trong một tiếng thở dài đờ đẫn cuối cùng.

Con mắt, mãi mãi là nhân chứng cho sự khéo léo của nhà điêu khắc già, nằm trên mặt đất ẩm ướt biết bao ngày và đêm. Cho tới một buổi chiều khi ba chiếc xe hơi màu đen lái xuyên qua khu rừng. Họ dừng lại bên dưới những thân cây già cỗi và một cô bé trèo ra. Cô bước đi xuống lối mòn cho tới khi giẫm phải con mắt mà Cintolo đã chạm khắc. Cô nhặt nó lên rồi nhìn quanh để xem nó có thể đến từ đâu. Cô nhìn thấy ba cây cột bạc màu vì sương gió, nhưng không nhận ra những gương mặt mà chúng mang. Quá nhiều năm đã trôi qua.

Nhưng cô có để ý thấy rằng một trong các cây cột bị thất lạc một con mắt. Vì vậy, cô liền bước qua đám dương xỉ cho tới khi đứng trước cái cột đã một thời là Thần Nông bằng gỗ của Cintolo. Con mắt trên lối mòn ráp vừa vặn vào cái lỗ hở hoác trên gương mặt sương gió kia, và vào lúc đó, trong một căn phòng bên dưới đôi chân của cô gái, sâu đến nỗi chỉ có những cái cây cao nhất mới vươn rễ tới nổi, Thần Nông nghênh đầu lên.

"Cuối cùng cũng tới!" Thần thì thầm.

Thần ngắt một bông hoa đỏ thắm trong khu vườn hoàng gia rồi đặt nó lên mộ Cintolo, sau đó cử một trong những Nàng Tiên của mình lên mặt đất tìm kiếm cô bé.

6

VÀO TRONG MÊ CUNG

Ofelia tỉnh dậy trước tiếng đập cánh chập chờn. Một tiếng loạt soạt khô đanh như từ côn trùng: bực bội, ngắn ngủi, rồi đến tiếng lạch xạch của thứ gì đó di chuyển trong bóng tối. Những ngọn nến và đống lửa đã cháy hết. Lạnh quá.

"Mẹ ơi!" Ofelia thì thào. "Dậy đi mẹ! Có thứ gì đó trong phòng."

Nhưng mẹ cô không chịu tỉnh dậy. Những giọt nước thuốc của bác sĩ Ferreira đã mang đến cho bà một giấc ngủ sâu như đáy giếng và Ofelia run rẩy ngồi dậy, dù cho cô vẫn đang mặc áo len dài tay trên chiếc váy ngủ, dỏng tai nghe...

Kia rồi!

Giờ thì nó đang ở ngay phía trên cô! Ofelia đạp chăn sang một bên để bật đèn, nhưng cô vội vàng rụt hai chân lại vào giường khi cảm thấy có thứ gì đó cọ vào người mình.

Rồi sau đó cô nhìn thấy nó.

Nàng Tiên côn trùng đang ngồi trên đỉnh tấm ván cuối chân giường, cặp ăng-ten dài rung rinh, đôi chân trước mảnh khảnh ra hiệu, cái miệng khẽ rúc rích nói bằng thứ ngôn ngữ mà Ofelia dám chắc là bước thẳng ra từ những câu chuyện trong các cuốn sách của cô. Cô nín thở khi sinh vật có cánh trèo xuống khỏi khung giường và lao vụt qua tấm chăn trên đôi chân cứng đờ của mình. Nó băng qua cánh đồng len rộng mênh mông để cuối cùng dừng lại chỉ cách Ofelia tầm một gang tay, cô ngạc nhiên nhận ra rằng toàn bộ nỗi sợ của mình đều đã tan biến. Phải, biến mất rồi! Tất cả những gì cô cảm thấy là niềm hạnh phúc, như thể một người bạn cũ đã tìm được cô trong căn phòng lạnh lẽo, tối tăm này.

"Xin chào!" Cô thì thầm. "Ngươi đã đi theo ta sao?"

Đôi ăng-ten giật giật và những tiếng lách tách kì lạ mà vị khách của cô tạo ra khiến Ofelia nhớ đến chiếc máy may của cha mình và cây kim nhẹ nhàng đập xuống cái khuy ông đang khâu vào chiếc váy mới cho con búp bê của cô.

"Ngươi là một Nàng Tiên phải không?"

Vị khách của cô có vẻ không dám chắc lắm.

"Đợi chút nhé!" Ofelia lấy một trong những cuốn truyện cổ tích của mình ra từ chiếc bàn cạnh giường rồi lật tìm trang sách cho thấy hình bóng bằng giấy cắt màu đen mà cô vẫn rất thường xuyên ngắm nhìn.

"Đây!" Cô xoay cuốn sách mở ra phía vị khách của mình. "Thấy không? Đó là một Nàng Tiên."

Được thôi. Nếu cô bé nghĩ vậy. Vị khách của Ofelia quyết định hợp tác. Nó nâng người lên để đứng trên hai chân sau, rồi quay lưng lại với cô bé, làm rụng đôi ăng-ten, khiến cơ thể khô và dài của mình giống với người phụ nữ tí hon trong hình vẽ minh hoạ. Khi biến hoá cơ thể mình, nó điều chỉnh đôi cánh sang một hình dạng có đôi chút khác biệt. Nó làm cho cánh giống như những cái lá. Rồi nó giơ đôi bàn tay lúc này đã là của người lên và, dùng những ngón tay mới mọc gạt vào hai cái tai nhọn, một lần nữa so sánh hình bóng của mình với bức minh hoạ. Được rồi. Quá trình biến hình đã thành công. Thật ra, đây có thể sẽ là hình dạng ưa thích mới của nó, dù cho nó đã mang nhiều dáng vẻ khác nhau trong cuộc đời bất tử của mình. Biến đổi là bản chất của nó. Đó là một phần trong phép thuật và trò chơi ưa thích của nó.

Nhưng giờ là lúc hoàn thành nhiệm vụ mà nó đã được cử đến nhà máy xay. Nó rập rờn bay về phía cô bé bằng đôi cánh mới của mình rồi liến thoắng khua tay múa chân. *Đi theo tôi nào!* Nó ra hiệu bằng tất cả sự khẩn thiết mà những mệnh lệnh của chủ nhân nó yêu cầu. Thần không phải là người nhẫn nại nhất.

"Ngươi muốn ta đi theo ngươi sao? Ra ngoài à? Đi đâu thế?"

Hỏi nhiều quá. Loài người đặt câu hỏi về đủ thứ, nhưng họ thường chẳng giỏi bằng một nửa trong việc tìm ra câu trả lời. Nàng Tiên rập rờn bay về phía cửa. Đôi cánh hình lá hoạt động rất hiệu quả, nhưng nó lại nghi ngờ phần thân thể. Chân côn trùng nhẹ và nhanh nhẹn hơn nhiều.

Nhưng đó chẳng phải là vấn đề. Chủ nhân của nó đang đợi.

Trái tim Ofelia vẫn không hề có chút sợ hãi khi cô xỏ chân vào đôi giày rồi đi theo Nàng Tiên ra khỏi căn nhà và tiến vào màn đêm. Cô mơ hồ cảm thấy như mình đã từng đi theo nó trước đây, mà có ai lại không tin tưởng một Nàng Tiên cơ chứ, kể cả khi nó xuất hiện vào giữa đêm? Có thể là lúc nào họ cũng làm vậy. Và ta sẽ phải đi theo họ. Đó là điều mà những cuốn sách nói, và chẳng phải những câu chuyện trong sách có cảm giác thật hơn nhiều so với những gì mà người lớn giả vờ về thế giới này hay sao? Chỉ có những cuốn sách mới nói về tất cả những thứ mà người lớn không muốn ta hỏi tới – Sự sống. Cái chết. Thiện và Ác. Và những thứ khác thực sự quan trọng trong cuộc đời này.

* * *

Ofelia không ngạc nhiên khi cái cổng vòm bằng đá hiện lên từ bóng tối.

Nàng Tiên lượn tròn qua đó. Mercedes không có ở bên cạnh Ofelia để ngăn cô lại, không phải lần này. Những bức tường đá cổ kính của mê cung sừng sững đứng bên trái và bên phải cô, dẫn cô vào sâu nữa, sâu mãi trong những vòng tròn bất tận, và cứ mỗi khi Ofelia lưỡng lự tại một góc tường, Nàng Tiên lại giục cô đi tiếp. *Đi theo tôi! Đi theo tôi!* Ofelia dám chắc rằng đó là những gì mà nó đang ríu rít, trong lúc rập rờn bay đôi khi cao phía trên cô, đôi khi lại ngay sát bên cạnh.

Cô đã đi được bao lâu rồi nhỉ? Ofelia không thể đoán được. Những bức tường cổ kính đóng khung bầu trời đêm, còn đôi giày của cô đã ướt đẫm sương khuya từ đám rêu phủ dày những lối mòn quanh co. Toàn bộ chuyện này có cảm giác như một giấc mơ vậy, mà trong những giấc mơ thì thời gian không tồn tại. Đột nhiên những bức tường mở rộng ra và Ofelia bước vào một khoảnh sân lớn. Ở trung tâm, một cái giếng khổng lồ bằng đá mở xuống lòng đất. Có cầu thang dẫn vào trong đó. Ofelia không thể đoán được có bao nhiêu bậc; cảm giác dường như là vô tận - bóng tối đã nuốt chửng toàn bộ. Tiếng thì thầm của luồng không khí ẩm ướt dâng lên từ hố giếng và Ofelia lại cảm nhận được nỗi sợ nhói lên, nhưng đồng thời trong đó là tiếng mời gọi phiêu lưu.

Cô đi theo Nàng Tiên đang ríu rít và lượn vòng phía trước, xuống những bậc thang, sâu nữa, sâu mãi vào trong lòng đất. Cầu thang dừng lại ở dưới đáy giếng, nhưng chẳng có chút nước nào, chỉ có một tảng đá nguyên khối được tạc giống với những phiến đá mà cô đã nhìn thấy trong rừng. Trông nó cũng cổ kính không kém, nhưng tảng này cao hơn nhiều và được bao quanh bởi những đường hào bằng đá được khắc sâu vào sàn nhà, tạo nên một mê cung phản chiếu cái ở phía trên. Tiếng loạt xoạt trong bóng tối phát ra từ phía sau tảng đá, như thể một thứ to lớn đang chuyển động ở đó, đến lúc này Ofelia đã khá hoảng sợ nhưng Nàng Tiên vẫn thúc giục cô tiến tiếp. Cuối cùng, cô đi theo nó xuống vài bậc thang cuối và đứng ở dưới đáy cái giếng.

“Xin chào?” Ofelia gọi. “Xin chào!”

Cô nghĩ mình nghe thấy tiếng nước dào dạt khi những bước chân của chính mình vọng lên dưới giếng.

“Có ai không?” Cô gọi, trong lúc Nàng Tiên đang xoay tròn quanh cây cột. “Có ai khônggg?” để xua đuổi sự câm lặng.

Nàng Tiên vừa đậu lên một thân cây chết. Hoặc có vẻ là như vậy. Nhưng khi sinh vật có cánh này chạm bàn tay lên bề mặt sần sùi của thân cây, cái cây liền rùng mình, và thứ mà Ofelia cứ nghĩ là phần còn lại bị oằn cong của một cái cây già bắt đầu cử động, đứng thẳng, rồi... quay đầu lại.

Dù có là cái gì thì nó cũng to lừng lững, cả cặp sừng cong trên cái đầu đồ sộ của nó cũng vậy. Gương mặt đang chăm chú nhìn Ofelia bằng cặp mắt như mắt mèo không hề giống với bất cứ thứ gì mà cô từng nhìn thấy. Bộ râu dê che phủ cái cằm trong khi hai má và vầng trán để lộ những hình trang trí được chạm khắc trên cây cột, và khi sinh vật đó giằng mình ra khỏi đám rêu và những thân leo khô quắt đã hợp nhất nó vào bức tường, Ofelia thấy rằng cơ thể của sinh vật này là nửa người nửa dê. Côn trùng và đất kẹt bên trong rơi ra khỏi lớp da, và những khúc xương kêu lên kẽo kẹt khi nó cử động tay chân như thể đã đứng trong bóng tối quá lâu.

"A! Là ngươi!" Ông thần thốt lên. Phải, Ofelia biết chắc đó là một người nam. "Người đã trở về!"

Sinh vật này bước một bước dạm hỏi vụng về tới chỗ Ofelia, xoè những ngón tay nhợt nhạt có móng dài, như rễ cây của mình ra. Ông thần quả thật rất đồ sộ, cao hơn nhiều so với một con người, đôi chân có móng guốc trông giống như chân sau của dê. Đôi mắt dù có hình dạng như mắt mèo, lại có màu xanh lam, một màu xanh nhạt, như những mảnh trời bị đánh cắp, với hai đồng tử gần như vô hình, trong khi làn da lại trông như lớp vỏ cây vỡ vụn, phủ kín, như thể thần đã ở dưới này hàng thế kỉ, đợi chờ...

Nàng Tiên đang ríu rít đầy tự hào. Nó đã dẫn cô gái tới, như yêu cầu của chủ nhân.

"Nhìn này! Nhìn xem chị em của các ngươi đem ai tới này!" Thần kêu lên rừ rừ, mở chiếc túi bằng gỗ đang đeo ngang ngực.

Từ đó rập rờn bay ra hai Nàng Tiên trong cùng hình dạng mà người chị em của chúng đã sao chép lại từ những trang sách. Chủ nhân đầu sừng của chúng khúc khích cười vui thích khi cả đám bay vòng quanh Ofelia, cô bé đang kéo áo len lại kín hơn trên lớp váy ngủ trong bầu không khí lạnh lẽo, ẩm ướt choán đầy cái giếng. Thảo nào mà chủ nhân của các Nàng Tiên đi lại khó khăn đến thế. Mặc dù có thể chỉ là thần đã già mà thôi. Trông thần có vẻ già. Rất già cỗi.

"Tên tôi là Ofelia," cô lên tiếng, cố gắng hết sức để tỏ ra can đảm và hoàn toàn không bị đe doạ bởi những cái sừng và đôi mắt xanh kì lạ kia. "Ông là ai?"

"Tôi ư?" Sinh vật chỉ vào bộ ngực héo tàn của mình. "Ha!" Thần phẩy tay, như thể tên là thứ ít quan trọng nhất trên thế giới này vậy. "Có người gọi tôi là Pan. Nhưng tôi có nhiều tên lắm!" Thần bước vài bước cứng đờ. "Những cái tên xa xưa tới mức chỉ có làn gió và cây cối phát âm được..."

Thần biến mất phía sau tảng đá, nhưng Ofelia vẫn có thể nghe thấy giọng của thần, một giọng nói cọt kẹt khàn đặc đầy mê hoặc.

"Tôi là núi, là rừng, là mặt đất. Tôi là... trời ạ..." Thần kêu lên be be không khác dê là mấy, cùng lúc tỏ ra rất già và rất trẻ, khi một lần nữa lại xuất hiện trước mặt cô. "Tôi là" – thần lắc tay chân mình với một tiếng gầm gừ của một con cừu đực đã lớn tuổi – "Thần Nông! Tôi trước nay vẫn vậy và sẽ luôn như thế, là kẻ bầy tôi hèn mọn của người, thưa Công chúa."

Ofelia không biết phải nói gì khi thần oằn mình, khiến cơ thể kêu kèn kẹt, cúi cái đầu có sừng xuống rồi cúi chào cô thật sâu. *Công chúa sao?* Ôi không. Thần đã nhầm cô với ai khác rồi! Đương nhiên là vậy. Đáng ra cô phải biết chứ! Sao một Nàng Tiên lại đến chỗ cô cơ chứ? Cô chỉ là con gái người thợ may thôi mà.

"Không!" Cuối cùng cô cũng thốt được lên trong lúc bước lùi lại. "Không, tôi..."

Thần Nông ngẩng đầu dậy rồi vươn thẳng cái lưng cứng đờ của mình lên.

"Người là Công chúa Moanna..."

"Không, không!" Ofelia phản đối. "Tôi là..."

"Con gái đức vua Vương quốc Lòng đất," Thần Nông chen ngang.

Thần đang nói cái gì vậy? Những lời của thần khiến Ofelia hoảng sợ hơn cả màn đêm hay cái nơi quá xa khỏi chiếc giường được cơ thể mẹ cô sưởi ấm này. Dù cho chúng ta có thể cầu ước được sở hữu nó, nhưng ma thuật thực thụ là một thứ đáng sợ.

"Không! Không!" Cô lại phản đối lần nữa. "Tên tôi là Ofelia. Cha mẹ tôi là thợ may. Ông phải tin tôi."

Ofelia cảm nhận được vẻ sốt ruột của Thần Nông khi thần kiên quyết lắc cái đầu có sừng của mình, nhưng cô cũng phát hiện thấy một thoáng vui thích trên gương mặt chằng chịt hoa văn của thần.

"Vớ vẩn thật, Công chúa ạ. Người" – thần chỉ ngón tay có móng của mình về phía cô – "không được sinh ra từ dạ con của loài người. Mặt trăng đã sinh ra người."

Các Nàng Tiên gật lia lịa những cái đầu nhỏ xíu. Một luồng ánh trăng len lỏi xuống hố giếng, như thể chính nó cũng muốn bổ sung bằng chứng cho lời tuyên bố của Thần Nông, và kẻ lên đôi cánh của các Nàng Tiên những đường viền màu bạc.

"Xin hãy nhìn sang vai trái của mình," Thần Nông tiếp tục. "Người sẽ thấy một cái bớt chứng minh cho những gì tôi nói."

Ofelia liếc sang vai trái, nhưng cô không dám kéo áo lại để lộ da. Cô không biết chắc mình sợ cái gì hơn: rằng Thần Nông vừa nói sự thật hay là thần nói dối.

Một cô công chúa!

"Người cha thật sự của người đã sai chúng tôi mở những cánh cổng trên khắp thế giới để người có thể trở về. Đây là cái cuối cùng." Thần Nông ra dấu về phía căn phòng mà họ đang đứng bên trong. "Nhưng trước khi người được phép quay trở lại vương quốc, chúng tôi phải đảm bảo chắc chắn rằng tinh chất của người vẫn vẹn nguyên và người chưa trở thành một kẻ phàm trần. Để chứng minh được điều đó..." Thần lại thò tay vào trong cái túi của mình lần nữa. "Người phải hoàn thành ba nhiệm vụ trước khi trăng tròn."

Cuốn sách mà thần lôi ra khỏi túi dường như quá to để có thể để vừa trong đó. Nó được bọc bằng da nâu.

"Đây là *Giao Lộ Thư*," Thần Nông nói khi trao cuốn sách nặng nề cho Ofelia. Những nếp nhăn trên trán thần cuộn xoắn như những hoa văn vẽ nên bởi gió và sóng. "Hãy mở nó ra chỉ khi người ở một mình..."

Chiếc túi nhỏ mà thần đưa cho cô sau đó kêu lên lách cách khi Ofelia lắc nó, nhưng Thần Nông không cho cô biết phải làm gì với nó. Thần chỉ quan sát cô bằng đôi mắt xanh nhạt của mình.

"Cuốn sách sẽ cho người thấy tương lai của mình," thần nói, bước lùi lại vào trong bóng tối. "Và những gì phải hoàn thành."

Cuốn sách lớn tới mức Ofelia gần như không giữ nổi nó. Suýt nữa thì nó tuột khỏi hai bàn tay khi cuối cùng cô cũng mở được nó ra.

Nhưng những trang sách mà cô đang nhìn vào lại trống trơn.

"Chẳng có gì được viết trong này cả!" Cô kêu lên.

Nhưng khi cô nhìn lên, Thần Nông đã biến mất, và cả các Nàng Tiên cũng vậy. Chỉ còn lại bầu trời đêm trên đầu và hoa văn của mê cung dưới chân cô.

7

BỘ RĂNG DAO CẠO

Dao cạo của Vidal là một vật kì diệu với cái lưỡi sáng loáng, sắc hơn cả răng sói. Nó có tay cầm bằng ngà và chất thép sản xuất tại Đức. Hắn lấy được con dao này từ cửa sổ của một cửa hàng bị cướp bóc ở Barcelona. Một cửa hàng cao cấp bán các vật phẩm cho các quý ông: bộ đồ dùng du lịch, bộ chăm sóc râu tóc, tẩu thuốc, bút, và những chiếc lược làm từ đồi mồi. Nhưng đối với Vidal, con dao cạo này chưa từng chỉ là một dụng cụ chăm sóc râu tóc. Đó là dụng cụ cho phép một con người chém và cắn. Con dao là móng vuốt của hắn - là răng của hắn.

Loài người thật là những sinh vật yếu ớt, không lông mao, không vảy sừng để bảo vệ lớp da thịt mềm mại. Vì vậy, hằng sáng Vidal đều cẩn thận vô cùng để biến bản thân thành một con vật nguy hiểm hơn. Khi lưỡi dao gọt qua hai má và cằm, sự sắc bén của nó trở thành một phần của hắn. Trên thực tế, Vidal thích tưởng tượng rằng nó biến trái tim hắn thành kim loại theo từng nhát cạo. Hắn mê mẩn nhìn ngắm cái cách lưỡi dao đem đến cho gương mặt hắn sự gọn gàng và sáng sủa mà cái nơi đày ải này đang thiếu. Hắn sẽ không nghỉ ngơi cho tới khi khu rừng bẩn thỉu này được như gương mặt cạo nhẵn nhụi mà hắn nhìn thấy trong gương mỗi lần con dao thực hiện công việc của nó.

Trật tự. Sức mạnh. Và sự sáng loáng tuyệt vời của kim loại. Phải, đó là những gì hắn sẽ đem đến cho nơi này. Những lưỡi dao cắt ngọt cả cây và con người.

Sau khi đã chăm sóc xong khuôn mặt, hắn tiến vào quá trình đánh bóng đôi bốt. Hắn đánh bóng chúng rất kĩ lưỡng, lớp da phản chiếu ánh nắng sớm mai. Nó thì thầm, *Cái chết!* trong sắc đen sáng loáng của mình và trong lúc Vidal hít vào luồng khói của điếu thuốc đầu tiên, hắn tưởng tượng ra âm thanh của những đôi bốt hành quân hoà lẫn du dương với thứ âm nhạc mà máy hát của hắn đang đổ tràn ra buổi bình minh. Thứ âm nhạc Vidal lắng nghe khá vui tươi và khác biệt đầy lạ lùng với con dao cạo và đôi bốt. Điều đó bộc lộ rằng sự tàn ác và chết chóc là một điệu nhảy đối với hắn.

Vidal đang vừa mới quét lên đôi bốt đợt xi đánh bóng cuối cùng thì Mercedes bước vào cùng với cà phê và bánh mì của hắn.

Chị không thể ngăn mình nhìn chằm chặp vào hai con thỏ khẳng khiu nằm trên bàn, bên cạnh chiếc đồng hồ bỏ túi mà tất cả bọn họ đã được cảnh báo là không bao giờ được đụng vào. Suốt cả buổi sáng, mấy người hầu gái trong bếp cứ bàn tán về những gì

Vidal đã làm với hai thợ săn trộm đang đi kiếm thức ăn về nuôi gia đình. Cha và con. Mercedes cầm cái ca cà phê bằng kim loại ra khỏi khay rồi đặt nó vào giữa hai con thỏ. Thật quá sức tàn nhẫn. Chị đã chứng kiến quá nhiều sự nhẫn tâm ở nơi này. Đôi khi chị tự hỏi không biết đến lúc này, nó đã phủ đầy trái tim mình như nấm mốc hay chưa.

"Mercedes." Lúc nào nghe cũng như một lời đe doạ khi Vidal gọi tên chị, mặc dù hắn thường nói với chị bằng cái giọng nhẹ nhàng đến nỗi nó khiến chị nghĩ tới một con mèo đang giấu móng vuốt bên dưới bộ lông mềm như nhung. "Chế biến mấy con thỏ đó cho bữa tối hôm nay đi."

Chị cầm chúng lên rồi kiểm tra những cơ thể gầy giơ xương.

"Còn quá nhỏ để làm một bữa hẳn hoi."

Những cô gái bị ốm mà họ định nấu cho đang ở đâu nhỉ? Chị tự hỏi. Phía ngoài sân, một người trong đám lính đang bắt chước cách ông lão đã cầu xin tha mạng cho con trai mình. Y phá lên cười khi diễn tả cách Vidal giết cả hai người bọn họ. Tất cả đám binh lính đang chém giết đốt phá này, có phải chúng sinh ra đã tàn nhẫn như thế không? Đã từng có thời chúng cũng là trẻ con như Ofelia. Mercedes lo sợ cho cô bé. Cô bé quá ngây thơ để sống ở nơi này trong khi mẹ cô lại không đủ mạnh mẽ để bảo vệ cho con mình. Bà là một trong số những phụ nữ trông đợi sức mạnh ở đàn ông thay vì tìm kiếm nó trong chính trái tim mình.

"Chà," Vidal nói. "Vậy thì một chén xúp hầm, và thịt của mấy cái chân sau."

"Vâng, thưa *señor*." Mercedes buộc mình phải nhìn thẳng vào mắt hắn. Chị không hạ ánh nhìn xuống khi hắn đứng dậy khỏi ghế ngồi, dù cho chị e sợ hắn sẽ phát hiện ra vẻ căm hờn trong đôi mắt mình. Tuy nhiên, nếu nhìn xuống, hắn có thể sẽ suy diễn rằng đó là cảm giác tội lỗi hay sợ hãi, và như thế thì còn nguy hiểm hơn nhiều. Vẻ tội lỗi sẽ khiến hắn nghi ngờ, còn nỗi sợ sẽ khiến hắn thèm khát nhiều hơn nữa.

"Cà phê này bị hơi cháy rồi." Hắn thích đứng sát vào chị. "Tự uống thử đi."

Mercedes nhận lấy cái ca kim loại màu đen bằng tay trái, tay phải vẫn cầm hai con thỏ. Những con vật bé bỏng đã chết. *Mày sẽ sớm đi đời giống như chúng thôi, Mercedes ạ,* trái tim chị thì thầm. *Nếu mày cứ tiếp tục làm những việc mình đang làm.*

Vidal đang quan sát chị.

"Cô nên kiểm tra tất cả những thứ này, Mercedes ạ. Cô là quản gia mà."

Hắn đặt bàn tay, thật nhẵn mịn và sạch sẽ, lên vai chị. Mercedes ước gì bộ đồ của mình dày dặn hơn, khi hắn chầm chậm đưa tay xuống dưới cánh tay chị. Lớp vải đã quá sờn mòn, chị cảm thấy những ngón tay của hắn trên làn da mình.

"Tuân lệnh, thưa *señor*."

Vidal sở hữu nỗi ham muốn phụ nữ vô độ, mặc dù tất cả bọn họ đều biết rằng hắn khinh rẻ mình. Mercedes thắc mắc không biết mẹ Ofelia có để ý thấy sự coi thường trong mắt hắn khi hắn ôm bà trong vòng tay mình hay không.

Vidal không gọi chị lại khi chị bước ra khỏi căn phòng, nhưng Mercedes cảm nhận được ánh nhìn của hắn giữa hai xương vai như một mũi dao.

Chị đem hai con thỏ xuống dưới bếp rồi nói với bà đầu bếp Mariana rằng *capitán* phàn nàn về cốc cà phê.

"Hắn đúng là một thằng ranh được nuông chiều!" Mariana đáp trả.

Những người hầu gái khác cười phá lên. Rosa, Emilia, Valeria... hầu hết bọn họ đều chẳng có lí do gì để sợ tên *capitán* cả, vì họ hiếm khi gặp mặt trực tiếp hắn. Họ không muốn chứng kiến những gì hắn và đám đàn ông của hắn làm. Mercedes ước gì mình có thể giả mù như vậy. Mặc dù có thể chỉ là những người phụ nữ lớn tuổi hơn chị đã nhìn thấy quá nhiều nên họ chẳng còn quan tâm nữa.

"Chúng ta cần thêm một con gà và ít thịt bò cho bữa tối." Mercedes đổ đầy nước sôi mà một người hầu gái đã chuẩn bị vào hai cái xô. Mẹ Ofelia đã yêu cầu chuẩn bị nước tắm.

"Thêm một con gà và ít thịt bò sao? Chúng ta sẽ phải kiếm mấy thứ đó ở đâu chứ?" Mariana mỉa mai.

Bà đến từ một ngôi làng gần đó và có hai người con trai trong quân đội. "Đàn ông thích đánh đấm," bà hay nói thế. "Họ sinh ra đã như vậy rồi." Và với họ thì chiến đấu cái gì cũng chẳng hề quan trọng. Còn về phụ nữ thì sao?

"Hắn mời hết," Mercedes kể. "Tăng lữ, tướng lĩnh, bác sĩ, thị trưởng cùng cả vợ ông ta... chúng ta sẽ phải nấu ăn cho tất cả bọn họ."

"Và cả đám đấy ăn còn nhiều hơn một cái chuồng chứa đầy những con lợn đói!" Bà đầu bếp gọi với theo khi Mercedes xách hai cái xô lên cầu thang.

Cả đám hầu gái phá lên cười trong lúc gạt máu thỏ ra khỏi bàn.

Họ không muốn biết.

8

NÀNG CÔNG CHÚA

Ofelia không nói với mẹ mình về mê cung hay Thần Nông. Cô đã cảm thấy thật gần gũi với bà trước khi Nàng Tiên tới đón mình. Nhưng những lời nói của Thần Nông vang vọng trong tâm trí Ofelia khi cô luồn trở vào chiếc giường ấm áp, và Ofelia nằm trong bóng tối, vừa nhìn ngắm gương mặt mẹ mình vừa thắc mắc có khi cô lại không phải là con gái của bà.

Trăng khuyết. Mẹ.

Cô cảm thấy tội lỗi vô cùng khi mặt trời buổi sớm nhạt nhoà chiếu qua những ô cửa sổ bụi mờ, mẹ mỉm cười với cô rồi hôn lên trán cô, như thể bà muốn nụ hôn sẽ xua tan những suy nghĩ đó.

Đừng phụ lòng mẹ! Ofelia tự nhủ khi Mercedes và một người hầu gái khác đổ đầy cái bồn trong phòng tắm liền kề bằng thứ nước bốc hơi nghi ngút. *Mẹ thật cô đơn! Cô đơn không khác gì mình...* Cái bồn trông như thể có ai đó đã mang nó tới từ một căn nhà lớn hơn rất nhiều trong thành phố. Rất nhiều ngôi nhà như thế đã bị phá huỷ trong cuộc chiến tranh cũng đã đoạt mạng cha cô, và Ofelia vẫn thường chơi đùa trong những đống tàn tích cùng với bạn bè của mình, giả vờ như họ là hồn ma của những đứa trẻ đã từng sống trong các căn phòng bỏ hoang.

"Nước tắm không phải dành cho mẹ đâu. Là cho con đó, Ofelia! Dậy đi nào!"

Mẹ Ofelia mỉm cười với cô, nhưng Ofelia biết rằng nụ cười đó là dành cho Sói. Bà muốn con gái mình sạch sẽ và tươm tất vì hắn ta: tóc chải gọn, giày đánh bóng. Đôi mắt mẹ cô trở nên đờ đẫn và hai gò má nhợt nhạt ửng lên khi hắn ở gần, mặc dù hắn gần như chẳng buồn chú ý đến bà.

Ofelia khao khát được kể với Mercedes về Thần Nông, có lẽ bởi chị đã cảnh báo cô về mê cung hoặc vì Mercedes cũng có những bí mật của riêng mình. Trong mắt của Mercedes có những hiểu biết về thế giới mà Ofelia không tìm thấy trong mắt mẹ.

"Ofelia!"

Sáng nay trông mẹ Ofelia như một cô dâu trong bộ váy trắng của mình. Bà lại ngồi xe lăn, như thể Sói đã cướp mất đôi chân của bà vậy. Hắn đã khiến bà tàn tật. Trước đây bà thường nhảy múa trong bếp khi đang nấu ăn. Cha Ofelia mãi yêu thích điều đó. Ofelia trèo lên lòng cha và họ cùng nhau ngắm nhìn bà.

"Hôm nay cha con sẽ tổ chức tiệc tối. Nhìn xem mẹ đã làm cho con cái gì này!"

Bộ váy mẹ cô đang giơ lên có màu xanh mướt như chính cánh rừng.

"Con có thích không?" Bà vuốt ve lớp vải mềm như lụa. "Mẹ sẽ đánh đổi bất cứ thứ gì để có được một bộ váy xinh đẹp như thế này hồi mẹ bằng tuổi con! Mẹ còn làm cả tạp dề trắng cho váy nữa. Và nhìn đôi giày này đi!"

Chúng đen và bóng loáng như đôi bốt của các binh lính. Chúng không thuộc về khu rừng, cả bộ váy cũng vậy, dù cho nó mang màu xanh.

"Con có thích chúng không?" Đôi mắt mẹ cô mở to đầy phấn khích. Trông bà háo hức muốn làm vừa lòng người khác như một cô nhóc mới bị mắng vậy. Ofelia vừa cảm thấy tội nghiệp bà, vừa xấu hổ.

"Vâng, *Mamá*," cô lẩm nhẩm. "Vâng. Đẹp lắm ạ."

Đôi mắt mẹ cô trở nên thận trọng. *Giúp mẹ với,* chúng cầu xin. *Hãy giúp mẹ làm hài lòng ông ấy.* Điều đó khiến Ofelia thấy thật lạnh lẽo. Cứ như thể cô đã trở lại trong mê cung, bóng đổ của những bức tường trong đó làm trái tim cô tối sầm lại.

"Đi đi con." Mẹ cô nhìn xuống, mi mắt bà trĩu nặng sự thất vọng. "Mau tắm đi trước khi nước nguội mất."

Nhiều mũi khâu quá...

Carmen đã dành rất nhiều giờ đồng hồ để may chiếc váy này, bà không muốn nhìn thấy sự thật trong mắt con gái mình: rằng bà không may cái váy cho Ofelia, mà cho người đàn ông Carmen đã bảo con gái mình phải gọi là "Cha", dù cho danh hiệu đó thuộc về một người đã khuất.

Tất cả chúng ta đều tự tạo cho mình những câu chuyện thần tiên. *Chiếc váy sẽ khiến ông ấy yêu mến con gái mình*, đó là câu chuyện mà Carmen Cardoso kể với bản thân mình, dù cho trái tim bà biết rằng Vidal chỉ quan tâm tới đứa trẻ chưa sinh mang dòng máu của hắn. Phụ bạc con cái của một người vì tình yêu mới là một tội ác khủng khiếp, những ngón tay của mẹ Ofelia run lên khi bà cởi cúc chiếc váy, miệng vẫn mỉm cười, vờ như cuộc sống và tình yêu vẫn theo đúng như ý bà muốn.

* * *

Nhà tắm phủ đầy những tấm mạng hơi nước trắng xoá. Ofelia cảm thấy thật ấm áp và ẩm ướt trên làn da mình khi cô đóng cửa lại phía sau. Cái bồn trông như một con thuyền sứ trắng đầy mời gọi đang sẵn sàng khởi hành tới mặt trăng, nhưng bồn tắm nóng hổi không phải là lí do khiến Ofelia háo hức vì cuối cùng cô đã được ở một mình.

Đêm hôm qua, cô đã giấu cuốn sách của Thần Nông và cái túi nhỏ phía sau lò sưởi nhà tắm, e sợ rằng mẹ mình sẽ phát hiện ra. Đây là bí mật của cô, và ngoài việc mẹ cô rất ghét sách ra, cô còn lo sợ rằng món quà của Thần Nông sẽ mất đi phép màu nhiệm nếu có bất cứ ai khác nhìn thấy hay chạm vào nó.

Cô chỉ vừa vặn giữ được cuốn sách nặng trịch trên lòng khi ngồi lên thành bồn tắm. Lớp bìa bọc da của nó đem lại cảm giác như vỏ cây chai sần và các trang giấy vẫn trống trơn, nhưng bằng cách nào đó cô biết được rằng điều đó sẽ thay đổi. Tất cả những điều thật sự quan trọng đều được che giấu khỏi tầm mắt người đời. Ofelia vẫn còn đủ nhỏ để biết được điều đó.

Và quả thực, một trong những trang giấy trống trơn bắt đầu rỉ ra thứ mực nâu và xanh lục nhạt vào khoảnh khắc Ofelia chạm vào nó. Hình minh hoạ một con cóc hiện lên trên trang giấy về phía bên phải, sau đó là một bàn tay và một mê cung. Những bông hoa bắt đầu phủ kín rìa trang giấy và ở chính giữa, hình ảnh một thân cây bắt đầu hiện lên, già cỗi và xoắn vặn, những cành cây trụi lá cong lên như những cái sừng, phần thân toẽ ra và hõm sâu.

Một cô gái đang quỳ bên trong và nhòm ra ngoài về phía Ofelia. Cô gái đi chân trần nhưng lại đang mặc chiếc váy xanh lục cùng với tạp dề trắng, giống hệt bộ đồ mẹ Ofelia đã làm. Khi hình ảnh ở trang bên phải đã hoàn thành, trang giấy bên trái bắt đầu đổ đầy những chữ cái màu nâu đen, mang phong cách cổ xưa như thể một người tô màu vô hình đang viết nên chúng bằng một cây cọ kết từ lông đuôi chồn vậy. Những chữ cái đẹp đến nỗi trong một lúc, Ofelia chỉ đơn thuần là đứng đấy ngưỡng mộ chúng, nhưng rồi cô bắt đầu đọc:

Ngày xửa ngày xưa, khi khu rừng còn non trẻ,
đó đã là nơi cư ngụ của những sinh vật
đầy diệu kì và màu nhiệm...

"Ofelia!" Mẹ cô gõ cửa. "Nhanh lên nào! Mẹ muốn nhìn thấy con mặc chiếc váy. Mẹ muốn con thật xinh đẹp. Vì *capitán*."

Phản bội...

Ofelia bước tới trước gương. Hơi nước phủ lấy lớp kính, khiến hình ảnh phản chiếu của cô mờ đi. Ofelia cởi áo choàng tắm khỏi vai trái.

"Trông con sẽ như một nàng công chúa vậy!" Mẹ cô nói vọng qua khung cửa.

Ofelia chăm chú nhìn hình ảnh phản chiếu của mình.

Kia rồi: một vầng trăng lưỡi liềm với ba ngôi sao bao quanh, rõ rệt như thể ai đó đã vẽ chúng lên da cô bằng thứ mực nâu đen đã phủ kín các trang giấy của cuốn sách. Thần Nông đã nói sự thật.

"Một nàng công chúa," Ofelia thì thầm.

Cô nhìn vào ảnh phản chiếu của mình.

Và mỉm cười.

9

SỮA VÀ THUỐC

Đương nhiên, sẽ có đủ thức ăn cho những thực khách đến dự bữa tối của tên *capitán*. Các binh lính của hắn đảm bảo điều đó và mọi người trong bếp đều biết chúng dùng cách gì. Một vài gia đình địa phương sẽ phải chịu đói trong đôi ba ngày, nhưng còn gì để nói đây khi đám lính đến gõ cửa để đòi nốt con gà hay chỗ khoai tây cuối cùng mà một người nông dân đã giấu đi cho con cái mình? Mercedes cảm thấy thật tủi hổ khi chị và những người hầu gái khác thái rau. Đây là công dụng của dao đối với phụ nữ: để thái thức ăn cho những tên đàn ông đã giết chóc bằng dao của chúng... những kẻ đã giết chồng, con trai, và con gái của những phụ nữ đó.

Con dao mà chị dùng để thái hành cùng loại với thứ mà hầu hết những người phục vụ bếp cất giữa những nếp gấp của chiếc tạp dề mình đeo, ngay bên dưới bụng, an toàn và luôn trong tầm tay: nó có cái lưỡi ngắn, dài gần tám phân, làm từ thứ thép rẻ tiền, và một cái chuôi gỗ cũ mòn.

Mercedes không thể rời mắt khỏi lưỡi dao. Chị vẫn còn nhớ cảm giác bàn tay của tên *capitán* trên cánh tay mình. Giả sử một ngày nào đó hắn không chịu để cho chị đi thì sao? Chắc chắn những người khác không đoán ra được suy nghĩ của Mercedes khi chị gập tấm tạp dề lấm bẩn quanh lưỡi dao mảnh. Họ đang cười đùa và buôn chuyện để khiến bản thân quên đi những bộ đồng phục bên ngoài và rằng con trai của họ đang giao chiến với nhau. Mà có lẽ họ nói đúng. Có lẽ cuộc sống vẫn còn nhiều hơn thế. Vẫn còn sự tĩnh lặng của khu rừng và hơi ấm của mặt trời, ánh sáng của mặt trăng. Mercedes thèm khát được hoà vào những tiếng nói cười, nhưng trái tim chị mệt mỏi quá rồi. Nó đã sợ hãi quá lâu.

"Hãy đảm bảo là chỗ gà đó đã được gột sạch hoàn toàn," chị dặn dò. "Và đừng quên món đậu nhé."

Giọng chị nghe gay gắt hơn dự định, nhưng đằng nào thì những người khác cũng chẳng chú ý đến chị. Tất cả bọn họ đều đang mỉm cười nhìn về phía Ofelia, cô bé đang đứng nơi ngưỡng cửa phòng khách, mặc bộ váy xanh lục và chiếc tạp dề trắng mà Mercedes đã là lượt cẩn thận không kém gì sự cẩn thận của mẹ Ofelia khi may nên chúng. Bộ quần áo làm cô bé trông như nhân vật trong một cuốn sách Mercedes đã rất thích hồi còn nhỏ. Mẹ chị thường xuyên mang sách về cho chị và em trai. Bà là một giáo viên, nhưng toàn bộ chỗ sách của bà đã không thể bảo vệ bà khi đám binh lính đốt làng của họ. Những ngọn lửa đã nuốt gọn cả mẹ lẫn sách vở của chị.

"Trông cháu tuyệt vời quá, cô gái!" Bà đầu bếp thốt lên. "Xinh đẹp vô cùng."

"Đúng vậy! Thật là một bộ váy tuyệt đẹp!" Rosa nói, gương mặt bà dịu dàng đầy trìu mến. Bà có một cô con gái ở tầm tuổi của Ofelia. Cô bé khiến tất cả bọn họ nhớ về những đứa con và đứa cháu của mình – và về những cô gái là bản thân họ trước đây.

"Trở lại làm việc đi! Đừng lãng phí thời gian nữa," Mercedes nạt họ, mặc dù chị cũng cảm thấy trái tim mình đang mềm yếu.

Chị bước về phía Ofelia rồi dịu dàng vuốt thẳng lại cổ áo chiếc váy của cô. Mẹ cô thực sự là một thợ may tài hoa và trong khoảnh khắc, bộ váy mà bà làm ra cho con gái mình đã phù phép lên căn bếp của nhà máy xay cũ – bộ váy và gương mặt rạng rỡ của cô bé, sáng bừng sự hạnh phúc và xinh đẹp như một bông hoa mới nở. Phải, trong một thoáng, nó đã khiến tất cả bọn họ tin tưởng rằng rồi thế giới sẽ lại hoà bình và yên ổn.

"Cháu có muốn uống chút sữa với mật ong không?"

Ofelia gật đầu và Mercedes đưa cô ra ngoài, nơi con bò sữa lông nâu đang đứng dưới những tán cây, bầu vú căng đầy sữa. Dòng sữa chảy xuống nóng ấm và trắng xoá trên những ngón tay của Mercedes khi chị vắt đầy một xô.

"Lùi lại đi," chị nhẹ nhàng bảo Ofelia. "Chúng ta không thể để cháu bị dính sữa lên váy được. Bộ váy khiến cháu trông như một cô công chúa vậy."

Ofelia lưỡng lự rồi mới lùi lại.

"Cô có tin vào các Nàng Tiên không, cô Mercedes?" Ofelia hỏi khi vuốt ve cái hông mịn màng của con bò.

Mercedes bóp đầu vú của con bò thêm một lần nữa. "Không. Nhưng cô đã tin khi còn là một đứa bé. Cô đã tin vào rất nhiều thứ mà bây giờ cô không còn tin nữa."

Con bò kêu lên vẻ sốt ruột. Nó muốn cho lũ bê ăn, chứ không phải là con người. Mercedes xoa dịu nó bằng đôi bàn tay và vài lời nói dịu dàng của mình.

Ofelia quên bẵng đi việc bộ váy có thể dính sữa và bước tới bên cạnh chị.

"Đêm hôm qua một Nàng Tiên đã đến chỗ cháu đấy," cô khẽ kể.

"Thật sao?" Mercedes vục một cái bát nhỏ vào trong xô rồi múc đầy thứ sữa ấm nóng.

Ofelia gật đầu, mắt mở to. "Vâng. Và nó không chỉ có một mình! Có tổng cộng ba Nàng Tiên. Và cả một Thần Nông nữa!"

"Một Thần Nông sao?" Mercedes đứng thẳng dậy.

"Vâng. Ông ấy già lắm... lại rất cao và gầy nữa." Ofelia dùng hai bàn tay vẽ nên một hình dáng khổng lồ trong không khí. "Trông ông ấy già và mùi của ông ấy cũng già cỗi nữa... mùi ẩm mốc. Như mặt đất khi bị ướt vì mưa vậy. Và có hơi giống con bò này."

Và cháu muốn cô biết, Ofelia dường như đang nói bằng ánh mắt của mình. *Làm ơn hãy tin cháu, cô Mercedes!* Thật khó khăn khi có những bí mật mà người ta không thể nào chia sẻ, hay khi phải tin vào một sự thật mà những người khác không muốn nhìn thấy. Mercedes biết tất cả những chuyện đó.

"Thần Nông," chị nhắc lại. "Mẹ cô đã nhắc nhở cô phải cảnh giác với các Thần Nông. Đôi khi họ là người tốt, nhưng đôi khi lại không..."

Kí ức đó nở một nụ cười trên môi chị - kí ức và cô bé. Nhưng nó tắt vụt đi khi chị thấy tên *capitán* rảo bước về phía mình cùng với một trong các sĩ quan của hắn bên cạnh. Thế giới lập tức phủ đầy những bóng tối.

"Mercedes!"

Hắn hoàn toàn phớt lờ cô bé, đến nỗi trong một thoáng, hắn đã khiến Mercedes suýt nữa tin rằng Ofelia không có ở đó.

"Đi theo ta. Ta cần cô ở kho thóc."

Chị đi cùng với hắn. Đương nhiên rồi. Mặc dù chị hẳn sẽ thích được ở cùng với cô bé, với thứ sữa ấm nóng và hơi thở của con bò trên làn da mình.

Vài binh sĩ đang dỡ hàng từ chiếc xe tải đỗ trước kho thóc.

Trung uý Medem, sĩ quan chỉ huy, giơ tay chào Vidal.

"Chúng tôi đã mang đến mọi thứ, thưa *Capitán*. Như đã hứa." Bộ đồng phục của viên trung uý cũng cứng nhắc và sạch sẽ như quần áo của một chú lính đồ chơi. "Bột mì, muối, dầu ăn, thuốc men," y liệt kê trong lúc dẫn đường vào trong kho thóc. "Olive, thịt xông khói..." Y tự hào chỉ về phía các giỏ đựng và hộp các-tông. Các giá đồ bụi bặm được chất đầy những kiện hàng và đồ đóng hộp.

Vidal hít ngửi một gói đồ nhỏ bọc trong giấy màu nâu. Hắn thích thuốc lá của mình. Và rượu của mình.

"Còn đây là phiếu lương thực." Vài tá tem phiếu Trung uý Medem vừa đưa cho Vidal là thứ tài sản quý giá vào thời điểm khi chiến tranh đã đốt cháy những vụ gặt và đến cả các nông dân cũng chẳng thể nuôi ăn con cái mình, bởi vì quân đội đã kiểm soát những gì còn sót lại. Những cái hộp mà người của Medem mang đến nhà máy xay có thể nuôi ăn nhiều hơn cả một làng. Nhưng Mercedes không nhìn vào các hộp chứa thực phẩm. Chị dừng lại bên chồng hộp có nhãn vẽ hình một chữ thập đỏ. Dược phẩm. Quá đủ để chữa lành hầu hết mọi vết thương. Kể cả vết thương ở chân.

"Mercedes." Vidal đang kiểm tra ổ khoá trên cửa kho thóc. "Chìa khoá."

Chị tháo một chiếc chìa khoá khỏi chùm chìa trong túi rồi trao nó cho hắn.

"Đây là cái duy nhất hả?"

Chị gật đầu.

"Từ bây giờ ta sẽ giữ nó."

Lại là cái liếc nhìn đó. Làm sao hắn biết được nhỉ?

"*Capitán*!" Garces, viên sĩ quan đang gọi từ phía bên ngoài, gầy gò như một con chồn và lúc nào cũng nở nụ cười với những người hầu gái.

Vidal lờ gã đi. Hắn tiếp tục nhìn Mercedes, chiếc chìa khoá cầm trong tay, ánh nhìn vừa đe doạ vừa châm chọc, chơi trò chơi ưa thích của hắn: trò chơi sợ hãi.

Hắn biết rồi, chị lại nghĩ. *Không, hắn không biết đâu, Mercedes. Đó là cách hắn nhìn tất cả mọi người.* Chị thở ra một hơi dài khi Vidal cuối cùng cũng quay đi và bước ra ngoài. *Thở đi nào, Mercedes.*

Vidal đến chỗ Garces, kẻ đang chăm chú rà soát khu rừng qua cặp ống nhòm.

"Có lẽ không có gì đâu, thưa *Capitán*," Mercedes nghe thấy Garces nói khi gã trao chiếc ống nhòm cho Vidal, nhưng chị có thể nhìn thấy nó bằng mắt thường: một vệt khói mảnh, gần như vô hình đang dâng lên từ vòm cây, vẽ một đường đầy phản trắc lên bầu trời xanh.

Vidal hạ ống nhòm xuống. "Không. Là chúng đó. Ta chắc chắn."

Chẳng mấy chốc chúng đã ngồi lên ngựa. Mercedes dõi theo bóng chúng tiến vào trong khu rừng. Chỉ có con người mới nhóm lửa, những người mà đám binh lính đã tới để săn lùng.

Thở đi nào, Mercedes.

MÊ CUNG

Ngày xửa ngày xưa, có một nhà quý tộc tên Francisco Ayuso rất thích săn bắn trong khu rừng gần cung điện của mình. Đó là một khu rừng già, rất già cỗi, và ngài cảm thấy mình thật trẻ trung khi đứng giữa rừng cây.

Một ngày nọ, Ayuso và các tuỳ tùng đang đuổi theo một con hươu đực quý hiếm với bộ lông lóng lánh bạc như ánh trăng. Những người tuỳ tùng của ngài đã để mất dấu con hươu ở gần một nhà máy xay cũ, và khi Ayuso xuống ngựa để nghỉ ngơi bên cái ao của nhà máy xay, ngài tìm thấy một thiếu nữ đang say ngủ trên mặt đất giữa những cây cải xoong và huệ tây rồng. Mái tóc nàng đen nhánh như lông quạ, làn da nhạt màu như cánh của bông hồng trắng nhất trong những khu vườn cung điện của Ayuso.

Nàng giật mình bừng tỉnh khi ngài chạm vào vai nàng rồi lùi ra xa khỏi ngài, trốn sau thân cây, như một con nai bị bầy chó săn của ngài truy đuổi. Phải mất một lúc Ayuso mới thuyết phục được nàng về ý tốt của mình. Trông nàng như thể đã không ăn gì trong nhiều ngày trời, vì vậy ngài ra lệnh cho người của mình đem đồ ăn đến cho nàng. Khi được hỏi tên, nàng nói với họ rằng nàng không thể nhớ nổi, vì vậy một trong các binh sĩ của ngài ngờ rằng nàng có thể là nạn nhân đã thoát khỏi tay Quỷ Nhợt Nhạt, một sinh vật đi lang thang trong khu vực, bắt cóc trẻ con từ những ngôi làng xung quanh và lôi chúng xuống hang ổ dưới lòng đất của mình.

Chỉ có hai nạn nhân được biết tới là đã trốn thoát khỏi Quỷ Nhợt Nhạt, họ đem về những câu chuyện kinh hoàng về những đứa trẻ bị ăn tươi nuốt sống và một con quái vật khủng khiếp đến nỗi họ không dám thiếp ngủ vì sợ sẽ gặp lại hắn trong những giấc mơ. Tuy nhiên, khi Ayuso hỏi người thiếu nữ về Quỷ Nhợt Nhạt, nàng chỉ lắc đầu và gương mặt nàng tỏ ra thẫn thờ, ngài liền thôi không hỏi thêm nữa, lo sợ rằng những câu hỏi sẽ khuấy động những kí ức mà nàng đã đủ khôn ngoan để quên đi.

Rõ ràng là nàng không có nhà, nên Ayuso mời nàng tới cung điện của mình. Ngài cho nàng một căn phòng, quần áo mới, và gọi nàng là Alba, vì kí ức của nàng trống trơn như một tờ giấy trắng vậy[1]. Chẳng mấy chốc, nàng đã dạo quanh những khu vườn của ngài, thưởng thức những bông hồng của ngài, và chỉ sau vài ngày, hai người họ đã chẳng mong muốn gì khác ngoài được ở bên nhau.

Sau ba tháng, Francisco Ayuso hỏi cưới Alba làm vợ, và nàng đồng ý, vì nàng cũng yêu ngài nhiều như Francisco yêu nàng. Một năm sau, nàng hạ sinh một cậu con trai. Alba yêu thương cậu bé không kém gì nàng yêu thương chồng mình, nhưng mỗi lần nhìn ngắm đứa trẻ, nàng lại cảm thấy một nỗi buồn vô hạn vì nàng không thể cho cậu biết mình là ai hay mình tới từ đâu. Nàng trở nên bồn chồn và bắt đầu dành hàng giờ liền đi thơ thẩn trong khu rừng hay ngồi bên cái ao của nhà máy xay cũ.

---

(1) Trong tiếng Tây Ban Nha, "alba" mang nghĩa là màu trắng thanh khiết.

Cách nhà máy xay không xa là nơi sinh sống của một người phụ nữ có tên Rocio, người ta đồn rằng bà ta là một phù thuỷ. Bà sống cùng con gái và con trai trong một túp lều gần Cây Chẻ, nơi được bảo là nhà của một con cóc độc sống giữa bộ rễ cây. Người ta bàn tán rằng dược liệu của Rocio có thể ban tặng tình yêu đích thực, một cuộc sống lâu dài, hay – nếu muốn – cái chết của kẻ thù, nhưng hầu hết các phụ nữ tới gặp bà đều nhờ cậy sự giúp đỡ với việc mang thai không mong muốn, vì khả năng của họ chỉ vừa đủ để nuôi những đứa con đang có.

Một buổi chiều, người lính mà Ayuso đã bí mật yêu cầu đi theo Alba để đảm bảo rằng nàng được an toàn trong rừng quay trở lại với tin tức rằng Alba đang qua lại chỗ Rocio. Ayuso tỏ ra rất bồn chồn và đối chất với Alba, nàng cầu xin ngài hiểu cho rằng nàng chỉ nhờ Rocio giúp đỡ tìm ra mình là ai. Rocio đã nói với nàng rằng câu trả lời cho thắc mắc của nàng sẽ chỉ được tiết lộ vào đêm trăng tròn trong một mê cung phải được xây phía sau cái ao của nhà máy xay, bằng đá của một ngôi làng gần đó, đã bị bỏ hoang kể từ khi ba đứa trẻ bị Quỷ Nhợt Nhạt bắt đi.

Ayuso yêu thương Alba hơn tất thảy mọi thứ trên thế giới này, vậy là ngài buộc bà phù thuỷ Rocio phải dạy mình chính xác cách xây dựng mê cung. Rocio đưa ngài đến nơi mà bà đã mường tượng thấy nó. Bà đánh dấu bốn góc bằng những hòn đá rồi vẽ mẫu hình của những bức tường bằng một cành liễu lên nền đất rừng. Bà nói với Ayuso, rằng ở trung tâm, ngài sẽ phải xây một cái giếng và bên trong nó là cầu thang dẫn xuống dưới đáy. Ayuso không thích cái cách mà Rocio nhìn mình. Có cảm giác như bà có thể nhìn thấu những ham muốn đen tối nhất của ngài – rõ ràng như thể trái tim ngài được làm từ thuỷ tinh vậy. Bà khiến ngài sợ hãi, và ngài khinh thường bà vì điều đó.

"Ta sẽ làm như mụ nói," ngài nói, "nhưng nếu mụ lừa gạt ta, và vợ ta không tìm thấy điều nàng đã để mất, ta sẽ sai người dìm chết mụ dưới ao nhà máy xay."

Rocio đáp lại ngài bằng một nụ cười.

"Tôi biết. Nhưng tất cả chúng ta đều phải hoàn thành vai trò của mình, phải không nào?"

Sau đó bà quay trở về túp lều của mình.

Phải mất hai tháng để xây xong mê cung. Các công nhân của Ayuso chỉ sử dụng đá tảng từ ngôi làng bị bỏ hoang, như bà phù thuỷ đã chỉ dẫn, và xây nên những bức tường, cái giếng, và cầu thang chính xác như những gì bà phù thuỷ đã mô tả.

Alba phải chờ bảy đêm cho tới khi mặt trăng mọc lên như một đồng xu bằng bạc bên trên mê cung đã hoàn thành, đổ bóng từ cổng vòm mà các công nhân đã dựng nên để làm lối vào lên nền rừng đầy rêu. Họ trang trí lên cổng vòm bằng cái đầu có sừng của Cernunnos, một vị thần ngoại giáo từng được thờ phụng trong những khu rừng này. Người ta nói Rocio vẫn đang cầu nguyện trước vị thần này.

Từ hoàng hôn đến bình minh đêm đó, Alba ở lại trong mê cung, dạo qua những lối mòn quanh co của nó, dù cho đứa con trai còn sơ sinh của nàng đang gào khóc đòi sữa trong phòng ngủ. Ayuso không đi theo nàng, lo sợ rằng với sự có mặt của mình, mê cung sẽ không tiết lộ câu trả lời mà vợ ngài đang đau đáu mong chờ. Ngài đợi cả đêm phía trước mê cung và khi Alba cuối cùng cũng bước ra, Ayuso nhìn thấy trên gương mặt nàng rằng nàng vẫn chưa tìm ra được điều mà mình đang kiếm tìm.

Trong mười hai tháng tiếp theo, tháng nào cũng vậy, vào đêm trăng tròn, Alba quay trở lại mê cung, nhưng tất cả những gì nàng tìm được giữa những bức tường đá là sự câm lặng, và nỗi buồn của nàng cứ thế lớn dần, cho tới một đêm tháng Mười Một không trăng, nàng đổ bệnh thập tử nhất sinh. Nàng qua đời trước khi mặt trăng tròn trở lại, và một tiếng sau khi nàng trút hơi thở cuối cùng, Ayuso cử năm người lính của mình tới túp lều của bà phù thuỷ. Họ lôi Rocio qua khu rừng rồi vào ao của nhà máy xay, dù cho ông chủ đã cầu xin họ đừng nguyền rủa nhà máy của mình bằng việc làm đó. Phải cần đến ba người để dìm chết bà. Họ để xác bà trôi dạt giữa đám lá súng cho cá rỉa.

Mười lăm năm sau, con trai của Ayuso bước vào trong mê cung với hi vọng tìm được mẹ mình ở đó. Không ai còn thấy cậu nữa, và phải mất thêm hai trăm hai mươi ba năm, cho tới khi lời tiên tri của bà phù thuỷ trở thành sự thật, và mê cung hé lộ tên thật của mẹ cậu khi nàng lại một lần nữa bước đi trên những hành lang cổ kính của nó trong danh phận một cô bé tên Ofelia.

10

CÁI CÂY

Khi nghe thấy tiếng ngựa phía sau lưng thì Ofelia đã tiến sâu vào trong rừng. Nhưng những con ngựa không hướng về phía cô và chẳng bao lâu sau, tiếng rì rầm của cây cối đã lớn hơn tiếng vó ngựa đang nhỏ dần. Vừa đi, Ofelia vừa đọc những chữ viết trong cuốn sách của Thần Nông. Dưới những tán cây, chúng càng khiến cô mê đắm hơn - và cô cứ thế đọc đi đọc lại, dù cho việc vừa đi vừa cầm một cuốn sách đang mở không hề dễ dàng:

Ngày xửa ngày xưa, khi khu rừng còn non trẻ,
đó đã là nơi cư ngụ của những sinh vật
đầy diệu kì và màu nhiệm...

Đôi chân Ofelia bước theo nhịp những từ ngữ như thể chúng đang vẽ nên một lối đi vô hình.

Các sinh vật bảo vệ lẫn nhau.
Chúng ngủ dưới bóng cây vả khổng lồ
mọc trên ngọn đồi gần nhà máy xay.

Ofelia nhìn lên khỏi cuốn sách và thấy ngọn đồi. Nó chẳng phải là dốc khủng khiếp gì cho cam, cô có thể trèo lên đó chỉ với vài bước, nhưng sẽ phải cần đến năm người đàn ông mới ôm được cái cây mọc trên đó. Thân cây bị chẻ, y hệt như những gì cuốn sách thể hiện.

Nhưng giờ đây cái cây đang chết dần.
Cành lá khô cứng,
thân cây già cỗi và vặn vẹo.

Cô ngước nhìn hai cành cây trụi lá đồ sộ mọc ra từ thân cây, oằn cong như sừng của Thần Nông.

Vẫn còn những chữ viết khác trong cuốn sách. Ofelia thì thầm đọc lên trong lúc đôi mắt dõi theo dấu mực nâu nhạt chạy qua những trang giấy.

Một con cóc gớm guốc đã đến sống trong bộ rễ
và không để cho cây sinh trưởng.
Ngươi phải đặt ba viên đá ma thuật
vào trong miệng của Cóc.

Ofelia mở cái túi nhỏ mà Thần Nông đã đưa cho mình. Ba viên đá nhỏ rơi vào lòng bàn tay cô. Và trong cuốn sách vẫn còn ghi hai dòng nữa:

Thu lại chiếc chìa khoá vàng trong bụng Cóc.
Chỉ khi đó cây vả mới sum sê trở lại.

Trong bụng Cóc... Ofelia gập sách lại rồi nhìn vào khe nứt há ngoác trên thân cây. Bên trong tối đen như mực. Cô thả ba viên đá vào lại trong túi rồi tiến một bước về phía cái cây, đúng lúc đó cô giật mình nhận ra rằng đôi giày mới đang bám đầy bùn đất. Các vị anh hùng trong những cuốn truyện cổ tích của cô chẳng bao giờ lo lắng về giày dép hay quần áo của họ cả, nhưng Ofelia đã cởi tấm tạp dề trắng và bộ váy xanh mới ra rồi treo chúng lên một cành cây. Cô có thể hình dung ra rất rõ hình ảnh mẹ mình sẽ buồn phiền đến thế nào nếu cô làm hỏng chúng. Sau đó cô tuột giày ra rồi tiến lại gần cái cây. Mặt đất dưới đôi chân trần của cô thật lạnh lẽo, còn làn gió khiến cô rùng mình trong bộ váy lót mỏng tang. Khe nứt đủ cao để cho cô bước qua, nhưng đường hầm phía bên kia lại hẹp đến nỗi Ofelia phải chống tay bò xuống.

Bên ngoài, cơn gió đang giằng xé những chiếc nơ đính trên bộ váy mới của cô.

Hãy đề phòng, lời căn dặn thì thào.

Hãy đề phòng, Ofelia, những chiếc nơ phấp phới ngân nga.

Nhưng Ofelia đã trèo xuống đường hầm - vào trong khúc ruột bằng gỗ ẩm ướt của thân cây đang chết dần. Chẳng mấy chốc, bùn sình nhây nhớp đã phủ kín đôi tay và đầu gối cô. Nó khiến lớp váy lót màu trắng của cô ướt sũng và nhuộm những sắc màu của đất. Rễ cây uốn lượn khắp xung quanh cô bé, len lỏi qua lớp đất ẩm và xuyên vào lòng đất như những cái móng của một sinh vật khổng lồ bằng gỗ.

Lũ mối đất to như chuột bò lên hai cánh tay Ofelia, còn bùn lầy thì kêu nhọp nhẹp dưới bàn tay, cứ như thể mặt đất thèm khát được nuốt chửng cô vậy.

Dường như không có điểm kết thúc cho đường hầm và mê cung rễ cây, nhưng Ofelia sẽ không thoái lui. Cô phải hoàn thành những nhiệm vụ mà Thần Nông đưa ra trước khi trăng tròn, nếu cô muốn chứng minh với bản thân và với thần rằng thần đã nói đúng: rằng cô là Moanna, nàng công chúa có người cha đang đợi chờ mình, dẫu cho Tử Thần khiến cô tin rằng mình đã để mất ông. Vì nếu không phải là Moanna thì cô sẽ là ai chứ? Con gái của một con sói đã cướp đi trái tim của mẹ cô với dòng chữ *tàn sát* hiện lên trong đôi mắt hắn. Ofelia dừng lại một chút để lắng nghe âm thanh của mặt đất và tiếng tim đập thùm thụp của chính mình. Sau đó cô lại vục tay vào bùn sình và tiếp tục bò xuống đường hầm vô tận.

11

CÁC SINH VẬT CỦA RỪNG CÂY

Không mất nhiều thời gian để Vidal và binh lính của hắn tìm thấy tàn dư của đống lửa trại đã đẩy luồng khói phản trắc lên bầu trời. Những cành cây vẫn còn đang cháy âm ỉ khi hắn xuống ngựa rồi quỳ xuống bên cạnh, và hắn vẫn có thể cảm thấy hơi nóng khi tháo găng tay ra rồi giơ bàn tay trần lên trên đống than hồng.

Phải. Họ mới ở đây chưa đầy hai mươi phút trước.

Quân nổi dậy hẳn đã nghe thấy tiếng đội quân của hắn tới. Dĩ nhiên rồi. Vidal nhìn chằm chằm vào đám cây, ước gì mình có thể đi săn một cách lặng lẽ như sói. Đáng ra lúc này hắn đã phải xé xác chúng ra rồi liếm máu khỏi đám rêu phủ đầy tro từ đống lửa của chúng.

Garces quỳ xuống bên cạnh *capitán* của mình. Vidal thích cái vẻ tận tuỵ trong ánh mắt gã. Garces lắng nghe mọi từ ngữ phát ra từ môi hắn một cách thành kính như một lễ sinh đọc lại lời nói từ môi linh mục tại Thánh lễ.

"Mười hai tên. Không hơn." Vidal đã học cách theo dấu từ ông nội mình. Người cha chỉ dạy hắn rằng loài thú vật xấu xa nhất đi trên hai chân.

"Xem chúng ta có gì ở đây nào?" Hắn gạt vài cái lá héo sang một bên. Một gói nhỏ nằm giữa những viên đá bao quanh đống lửa. Quả thật họ đã bỏ đi vội vã. Ba lọ thuỷ tinh nhỏ, được bọc cẩn thận trong giấy nâu, trông rất quen. Vidal nhổm dậy. Hắn giơ một trong những cái lọ nhỏ lên và để cho thứ chất lỏng trong suốt bắt ánh nắng. Thuốc kháng sinh. Vậy có lẽ ít nhất một trong những tên nổi loạn đã bị thương. Tốt.

"*Mierda*(1), xem cái này đi!" Garces tóm lấy mẩu giấy nhỏ trên mặt đất. "Chúng để mất một tờ vé số rồi!"

Gã phá lên cười.

Vidal ra hiệu để gã ngậm miệng lại. Hắn bước một bước rồi lắng nghe. Họ vẫn còn đang ở đây. Hắn có thể cảm nhận thấy điều đó. Lũ khốn phản động kia đang quan sát bọn hắn! Hắn bước thêm một bước nữa, nhưng tất cả những gì hắn có thể nghe thấy chỉ là những âm thanh của rừng già. Quỷ tha ma bắt!

"Này!" Hắn hét lên về phía đám cây trong lúc giơ cái lọ nhỏ lên. "Chúng mày để quên thứ này đấy! Còn tờ vé số thì sao? Sao chúng mày không quay lại mà lấy đi? Ai mà biết được chứ? Biết đâu hôm nay lại là ngày may mắn của chúng mày."

Lời đáp lại duy nhất là tiếng chim chiếp chiếp.

Và tiếng lá xào xạc trong gió.

---

(1) (Tiếng Tây Ban Nha) Khốn kiếp.

Khu rừng đang chọc ghẹo hắn.

Một lần nữa.

Không. Vidal quay lại. Hắn sẽ không khiến bản thân trở thành trò hề bằng cách đuổi theo lũ khốn đó qua cái mê cung cây cối phản trắc này. Hắn sẽ đợi bọn họ tự nạp mạng, vì hắn có thực phẩm và thuốc men. Những lọ nhỏ này là bằng chứng rằng họ cần nó.

Vidal đã đoán đúng.

Con mồi của hắn đang theo dõi. Đám binh lính lên ngựa rồi theo chân tên *capitán* trở về nhà máy xay, cây cối phủ bóng nhuộm lên đồng phục của chúng một màu đen tuyền. Và một tá người mặc đồ rách rưới đang ẩn trốn trong một ngọn đồi phía trên đống lửa trại bị bỏ không đang quan sát những kẻ đi săn cưỡi ngựa rời đi. Tạm thời là vậy.

Lần này Vidal đã suýt nữa tìm được họ.

Hắn sẽ lại tiếp tục truy lùng họ.

12

CON CÓC

Ofelia đã từ bỏ việc gạt đám mối đất ra khỏi hai tay và mặt, những nơi này giờ đã bị bùn đất bám dày đặc. Cô cảm thấy như thể mình sẽ phải bò qua những khúc ruột của lòng đất mãi mãi. Nàng công chúa mất tích, nếu Thần Nông nói đúng, đang tìm kiếm vương quốc dưới lòng đất của mình.

Càng lúc cô càng thấy khó thở, và cho đến giờ, tất cả những đường hầm hiện ra đều chỉ toàn bóng tối. Bóng tối, rễ cây, đất ẩm, và những đạo quân mối đất đang phục vụ ai? Ofelia vừa mới thầm hỏi bản thân câu đó thì cô nghe thấy tiếng thứ gì đó chuyển động phía sau mình, một thứ nặng nề và to lớn.

Cô nhòm qua bờ vai bám đầy bùn của mình và thấy một con cóc khổng lồ đang ở phía sau, chỉ cách mình vài bước. Cơ thể mọc đầy mụn của nó to như một con bò và nó đang nện thình thịch chấn động cả đường hầm. Cuốn sách của Thần Nông đã khắc hoạ khá hoàn hảo con vật, nhưng trong hình vẽ thì trông nó nhỏ hơn nhiều!

“Xin... xin chào,” Ofelia lắp bắp. “Ta là Công chúa Moanna, và ta...” Cô hít một hơi thật sâu. “Ta không sợ ngươi đâu.”

Đương nhiên đó không phải là sự thật, nhưng hi vọng rằng Cóc không đọc được biểu hiện nét mặt của con người. Ofelia thì chắc chắn là không đọc được nét mặt của nó rồi. Một tiếng ồm ộp bật ra khỏi cái cơ thể căng phồng, trong khi đôi mắt vàng óng đang chớp chớp như thể con vật khổng lồ này không tin được rằng lại có một thứ không lông và mỏng manh đến vậy dám bò tới tận hang ổ của nó.

Ofelia vừa để mắt đến con vật, vừa mở cái túi nhỏ ra và thả ba viên đá vào lòng bàn tay. Khắp xung quanh cô, lớp bùn nhầy nhung nhúc toàn mối.

“Ngươi không thấy xấu hổ sao?” Cô hỏi, giọng cô còn run rẩy hơn cả hai đầu gối đau nhức. “Cứ sống dưới này mà ăn lũ bọ, béo núc lên, trong khi cái cây thì chết dần?” Cô đập mạnh một con mối ra khỏi cánh tay mình trong khi một con khác đang bò lên trên má.

Câu trả lời của Cóc rất nhanh chóng. Nó bắn cái lưỡi khổng lồ dính nhớp của mình ra rồi đập lưỡi ngang mặt Ofelia. Cái lưỡi tóm chặt lấy con mối đất và khiến cho má cô nhỏ tong tỏng toàn nước dãi. Nhưng tồi tệ hơn cả là Ofelia đã để tuột mất những viên đá của Thần Nông!

Cóc thu lưỡi về lại cái mồm đang há hốc ra của nó, trong khi Ofelia tuyệt vọng mò tìm những viên đá trong đám bùn sình.

Cóc cảm thấy khá khó chịu với sinh vật không lông này.

Nó dám chắc là Cây đã cử cô bé đến. Vừa tức tối rên rỉ, nó vừa há miệng ra và phun lên kẻ xâm nhập thứ nhớt dãi mang độc đang ăn dần ăn mòn trái tim gỗ của Cây. Ồ đúng vậy. Chắc chắn là nó cũng sẽ ăn thứ thịt không lông của cái kẻ không mời mà tới này. Cóc vô cùng mãn nguyện với bản thân.

Ofelia vẫn chưa bỏ cuộc, bất chấp thứ nhớt nhầy chứa đầy độc tố đang thiêu đốt gương mặt và hai cánh tay mình. Cô xoè bàn tay đang run lẩy bẩy và thấy rằng ngoài những viên đá cô đã lôi lên khỏi bùn, cô còn tóm được vài con mối đất đang cuộn tròn rồi lại duỗi mình trên lòng bàn tay cô. Khi cuộn người lại, trông chúng y hệt như những viên đá.

"Này!" Cô gọi lớn, giơ đám côn trùng đang lồm ngồm bò lên. Cô chỉ có thể hi vọng rằng mình đã tóm được những viên đá thật cùng với đám mối đất. Bùn sình làm cho tất cả trông đều như nhau.

Cóc liếm môi trong lúc nhìn chòng chọc về phía bàn tay vươn ra của Ofelia bằng đôi mắt vàng óng.

Phải thế chứ!

Ít nhất thì kẻ xâm nhập kia cũng tỏ ra chút tôn trọng. Nó rất hài lòng, dù cho lễ vật của cô thật nghèo nàn. Cóc thích ăn tươi nuốt sống đám tôi tớ của mình. Nó thấy vô cùng mãn nguyện với cái tiếng rồm rộp mà chúng tạo ra khi nó nghiền chúng bằng cái lợi không răng của mình.

Được, nó sẽ chấp nhận lễ vật.

Ofelia không nhúc nhích khi cái lưỡi đồ sộ vút qua không khí như một chiếc roi. Nó bọc lấy bàn tay cô chắc đến nỗi cô cứ đinh ninh rằng Cóc sẽ giật đứt nó mất. Nhưng tay cô vẫn còn nguyên khi cái lưỡi rút về, và – Ofelia nhìn những ngón tay nhỏ đầy dãi nhớt của mình – cả đám mối đất lẫn những viên đá đều đã biến mất.

Phải mất một lúc Cóc mới nuốt và tiêu hoá được con mồi của mình. Một lúc lâu đến nỗi Ofelia đã chắc mẩm rằng mình nhặt nhầm đá hoặc rằng món quà của Thần Nông đã thất bại.

Nhưng rồi Cóc há miệng ra.

Miệng nó há càng lúc càng rộng hơn.

Ôi, nhìn ruột gan của nó đang bị thiêu đốt kìa!

Cứ như thể chúng đã bị bơm đầy nọc độc của chính con Cóc vậy!

Còn lớp da của Cóc... đang đầy nhung nhúc, như thể tất cả đám đầy tớ mối đất của nó đang bắt đầu ăn tươi nuốt sống nó vậy! Ôi, đáng ra nó phải dùng lưỡi siết cổ cái thứ sinh vật da nhợt nhạt này đi! Chỉ đến tận giờ nó mới nhận ra cô đến để làm gì. Nó nhìn thấy điều đó trong đôi mắt đầy phản trắc của cô. Kho báu bằng vàng của nó! Nhưng nhận thức đó đã tới quá muộn. Bằng hơi thở hấp hối cuối cùng, nó nôn ra dạ dày của chính mình, một đống thịt màu hổ phách đang đập nhịp nhàng, rồi cơ thể đồ sộ của nó xẹp xuống như quả bóng bay bị thủng, chẳng để lại gì ngoài đống da vô tri vô giác.

Ofelia bò tới chỗ tảng thịt, dù cho cảnh tượng và cái mùi của nó khiến cô phát bệnh. Kia rồi! Chiếc chìa khoá mà Thần Nông đã yêu cầu cô mang tới đang dính vào thành ruột của Cóc cùng với hàng tá những con mối đất co giật. Chất nhầy bao quanh chiếc chìa khoá kéo dài như những sợi tơ sáng lấp loáng của nhện khi Ofelia tóm lấy nó, nhưng cuối cùng chất nhầy cũng chịu buông ra.

Chiếc chìa khoá dài hơn bàn tay của Ofelia và rất đẹp. Cô nắm chặt lấy nó trong suốt quãng đường trở về qua đường hầm bất tận, mặc dù bò chỉ bằng một tay thật không dễ dàng gì. Khi cô cuối cùng cũng lập bập trèo được ra khỏi thân cây gãy, bầu trời đã tối sầm và mưa đang trút xuống qua vòm lá. Cô đã đi bao lâu rồi nhỉ? Tất cả niềm hân hoan mà cô vừa cảm thấy khi hoàn thành nhiệm vụ của mình và lấy được chiếc chìa khoá đã tan biến. Bữa tối! Chiếc váy mới của cô!

Ofelia vấp váp chạy tới cành cây nơi cô treo váy áo.

Nhưng chiếc váy đã biến mất, cả tấm tạp dề cũng vậy.

Nỗi sợ đang đục khoét trái tim Ofelia cũng dữ dội không kém gì nỗi sợ mà cô đã cảm thấy trong những đường hầm của Cóc. Cô khóc rưng rức trong lúc vừa lục tìm nền rừng, vừa ép chặt chiếc chìa khoá đã trở nên thật lạnh lẽo vì bùn sình và mưa gió vào ngực. Khi Ofelia cuối cùng cũng tìm thấy chiếc váy, chỉ cách cái cây một đoạn, lớp vải xanh lục đã đóng dày bùn đất, còn tấm tạp dề trắng thì đã bẩn thỉu đến nỗi nó gần như tàng hình trong màn đêm. Phía trên cô, những cành cây kêu lên răng rắc vì gió bạt, còn Ofelia thì nghĩ rằng mình đã nghe thấy tiếng trái tim mẹ mình tan vỡ.

Lúc này mưa đã dữ dội đến mức nó gột sạch phần lớn bùn bám trên mặt và chân tay Ofelia. Như thể màn đêm đang cố gắng an ủi cô. Trong cơn tuyệt vọng, Ofelia giơ chiếc váy và tấm tạp dề về phía mưa rơi, nhưng dù có cả triệu giọt nước lạnh lẽo cũng chẳng thể biến màu xanh và trắng của chúng trở lại được nữa.

13

VỢ NGƯỜI THỢ MAY

Vidal ghét mưa cũng gần như hắn ghét khu rừng vậy. Mưa chạm vào cơ thể hắn, mái tóc hắn, quần áo hắn và khiến hắn cảm thấy yếu ớt. Cảm thấy là con người.

Hắn đã cho binh lính xếp hàng gần một tiếng trước, nhưng tất cả khách khứa của hắn đều muộn giờ, còn đám quân lính thì trông như những con bù nhìn nhỏ nước tong tỏng. Phải. Vidal nhìn chằm chằm vào đồng hồ. Họ muộn giờ rồi. Mặt đồng hồ nứt vỡ nói cho hắn biết điều đó, và cả những điều khác - rằng hắn đang ở nhầm chỗ, rằng cái bóng của người cha vẫn khiến hắn vô hình như lũ người mà hắn đang săn lùng, rằng cơn mưa và khu rừng sẽ đánh bại hắn.

Không. Hắn nhìn qua khoảnh sân, nơi mặt trăng đang dần tròn phản chiếu trong những vũng nước mưa. Không, dù cho cơn mưa có làm bẩn bộ đồng phục không tì vết và phủ đầy bùn đất lên đôi bốt bóng loáng của hắn, hắn cũng sẽ không để cho cái nơi này đánh bại mình. Dường như câu trả lời đến từ một vị thần tàn nhẫn thích những kẻ lạc lối và bệnh hoạn như

Vidal khi đèn pha của hai chiếc xe xuyên thủng màn đêm. Thuộc hạ của hắn vội lao tới để che dù cho các vị khách. Bọn họ đều đã tới, tất cả những kẻ tự cho là mình quan trọng tại cái nơi cùng khổ này: vị tư lệnh cùng một trong các sĩ quan chỉ huy; thị trưởng cùng phu nhân; một bà goá giàu có đã là thành viên của đảng phát xít từ năm 1935; tu sĩ; và bác sĩ Ferreira. Phải, Vidal đã mời cả vị bác sĩ tốt bụng nữa. Không phải là vô cớ. Hắn mở dù che cho phu nhân thị trưởng rồi dẫn bà ta vào trong nhà.

Mercedes đã đưa mẹ Ofelia xuống trên chiếc xe lăn. Carmen khiến Mercedes nghĩ tới một cô bé đã được dạy bảo rằng không được làm phật ý cha mình và giờ đang làm y như vậy với người chồng, khiến cho bản thân trở nên nhỏ bé, kể cả khi không ngồi trong xe lăn.

"Cô đã tìm con bé trong vườn chưa?" Carmen thì thầm trong lúc Mercedes đẩy bà vào phòng, nơi những người hầu gái đã một lần nữa biến hoá từ một phòng chiến sự sang một phòng ăn.

"Rồi ạ, thưa *Señora*[1]."

Mercedes đã tìm kiếm Ofelia khắp mọi nơi, kho thóc, chuồng ngựa, thậm chí cả trong cái mê cung cũ. Chị nhìn thấy nỗi sợ trong đôi mắt của người phụ nữ kia, nhưng không phải là sự sợ hãi cho đứa con của mình, không phải. Carmen sợ làm phật lòng người chồng mới. Tất cả mọi người tại nhà máy xay đều biết

(1) Danh xưng thể hiện sự tôn trọng với phụ nữ đã kết hôn trong tiếng Tây Ban Nha.

chắc chắn rằng Vidal chỉ cưới bà vì đứa con sắp sinh. Mercedes cũng nhìn thấy niềm tin đó trên gương mặt những vị khách của hắn.

"Xin được giới thiệu với tất cả các vị vợ tôi, Carmen."

Vidal không thể giấu giếm vẻ xấu hổ của mình vì bà. Những người phụ nữ trong số khách khứa của hắn ăn mặc sang trọng hơn nhiều, và nữ trang của họ khiến cho đôi hoa tai mà mẹ Ofelia đang đeo giống như loại trang sức đồ chơi rẻ tiền của một đứa trẻ. Phu nhân thị trưởng giấu vẻ khinh miệt của mình phía sau nụ cười tươi, nhưng bà goá thì không cố gắng đến vậy. *Nhìn cô ta đi,* gương mặt bà ta như đang lên tiếng. *Ông ta kiếm được cô nàng ở đâu thế không biết? Cô ta chẳng phải là một cô bé Lọ Lem đó sao?*

Bác sĩ Ferreira trao đổi cái liếc nhìn với Mercedes trước khi ngồi xuống bàn. Ông đang sợ hãi, chị có thể đọc được điều đó trên gương mặt ông. Sợ rằng ông được mời tới dự bữa tối này bởi vì Vidal đã biết và Mercedes cầu nguyện rằng nỗi sợ của ông sẽ không làm bại lộ cả hai người họ. Giờ thì chị không biết phải cầu nguyện với ai nữa, với khu rừng, với màn đêm, với mặt trăng...? Chắc chắn không phải là vị thần mà những người đang ngồi bên chiếc bàn này cầu nguyện. Vị thần đó đã bỏ rơi chị quá thường xuyên rồi.

"Chỉ một thôi sao?" Vị tu sĩ rút lấy tờ tem phiếu từ cái tập mà Vidal đã đưa cho mình rồi chuyển số còn lại đi.

"Tôi không dám chắc như vậy là đủ đâu, *Capitán* ạ," ngài thị trưởng kiến nghị. "Chúng tôi gặp phải rất nhiều bất mãn do dân liên tục bị thiếu thốn đến cả những thực phẩm cơ bản nhất."

"Nếu người ta cẩn thận," tu sĩ vội vã ứng cứu cho Vidal, "một phiếu là no đủ rồi."

Vị tu sĩ này thích làm vui lòng quân đội. Những người hầu gái khác vẫn còn lui tới nhà thờ vào mỗi Chủ Nhật kể cho Mercedes nghe cái cách mà ông ta hát những lời ca tụng sự vâng lời và trật tự từ trên bục giảng kinh và kết tội những người đang lẩn trốn trong rừng là đám tà giáo và bè lũ cánh tả trong những bài thuyết giảng của mình, không hơn gì loài quỷ dữ.

"Đương nhiên bây giờ chúng ta đã có lượng thực phẩm dồi dào," Vidal lên tiếng, "nhưng chúng ta phải đảm bảo là không ai có đủ để nuôi lũ phản động. Chúng đang thất thế và một trong số chúng đang bị thương."

Đôi môi bác sĩ Ferreira khẽ run lên và ông phải che giấu nó bằng cách lấy khăn ăn lau miệng. "Bị thương sao?" Ông hỏi bằng một giọng thản nhiên. "Làm sao ngài có thể chắc chắn như vậy, thưa *Capitán*?"

"Bởi vì hôm nay chúng tôi đã suýt tóm được chúng. Và chúng tôi tìm thấy cái này." Vidal giơ lên một trong những cái lọ nhỏ đã tìm thấy trong rừng.

Mercedes bắt gặp cái liếc nhìn nữa từ Ferreira. Chị đứng thẳng lưng và cố gắng hết sức mình để cho ông sự tự tin bằng cách gạt bỏ bất cứ biểu cảm lo lắng nào ra khỏi gương mặt mình, dù cho chị đang nếm thấy nỗi sợ của chính mình có vị như dấm chua trong miệng.

"Cầu Chúa cứu rỗi những linh hồn lạc lối của họ. Những gì xảy ra với thể xác họ chẳng hề làm Người bận tâm." Vị tu sĩ cắm ngập cái dĩa vào một miếng khoai tây nướng.

"Chúng tôi sẽ trợ giúp ông bằng bất cứ cách gì có thể, *Capitán* ạ," thị trưởng nói. "Chúng tôi biết là không phải ông đã lựa chọn để đến đây."

Vidal ngồi thẳng người trên ghế. Đó là cử chỉ thông thường khi có điều gì đó xúc phạm tới hắn. Sẵn sàng để tấn công.

"Nhưng ông nhầm rồi, ngài thị trưởng ạ," hắn đáp bằng một nụ cười gượng gạo. "Tôi lựa chọn đến nơi này vì tôi muốn con trai mình được sinh ra trong một đất nước Tây Ban Nha tươi mới, sạch sẽ. Kẻ thù của chúng ta" - hắn ngừng lại để nhìn những vị khách của mình, từng người một - "cứ bám lấy cái niềm tin sai lầm rằng tất cả chúng ta sinh ra đều bình đẳng. Nhưng có một sự khác biệt lớn: Chúng đã thua cuộc chiến này rồi. Chúng ta mới là người thắng cuộc. Và nếu có phải giết sạch từng tên một để làm rõ điều đó, chúng ta cũng sẽ làm như vậy. Giết sạch không chừa một tên nào." Hắn nâng ly rượu lên. "Vì những lựa chọn!"

Những vị khách của hắn nâng ly của mình lên. Bác sĩ Ferreira cũng làm theo, ghì chặt lấy chiếc ly của mình.

"Vì những lựa chọn!" Những giọng nói vang vọng khắp căn phòng. Mercedes mừng là chị đã không nghe thấy chúng nữa sau khi lẻn ra khỏi cửa rồi quay vào bếp.

"Cho cà phê lên bếp đi," chị ra lệnh cho những người hầu gái khác. "Tôi sẽ đi lấy thêm củi," chị nói thêm trong lúc túm lấy chiếc áo khoác khỏi móc treo trên cửa nhà bếp.

Tất cả đều lặng lẽ dõi theo khi chị thắp một cây đèn bão - que diêm trong tay chị rung lên rõ rệt - rồi bước ra ngoài màn mưa.

Chị đi qua dãy xe hơi và đám binh lính đang canh xe, đầu cúi gằm, hi vọng mình vẫn vô hình với chúng như mọi khi, chỉ là một cô hầu. Nhưng thật khó để không vội vã rảo bước. *Bởi vì hôm nay chúng tôi đã suýt tóm được chúng.*

Mercedes dừng lại khi tới bìa rừng. Chị liếc nhìn qua vai thêm một lần, để chắc chắn rằng những cành cây đang che chắn mình khỏi tầm nhìn của đám lính gác, sau đó chị giơ cây đèn lên rồi đưa tay lên xuống trước nguồn sáng - một lần, hai lần, ba lần. Cho tới giờ, tín hiệu này vẫn luôn có hiệu quả. Em trai chị luôn cử một người theo dõi nhà máy xay phòng trường hợp chị có lời nhắn hay tin tức cho họ. Chỉ khi đã hạ cây đèn xuống và quay đi để bước trở về căn nhà, Mercedes mới nhận ra một dáng người nhỏ bé giữa đám cây. Thật nhỏ bé và run rẩy trong bộ đồ ướt sũng.

"Ofelia?"

Cơ thể cô bé lạnh như đá còn đôi mắt đen thì mở to đầy lo âu. Nhưng còn có điều gì khác trong đó: một vẻ kiêu hãnh và mạnh mẽ mà mẹ của cô không có. Ofelia đang siết chặt thứ gì đó trong tay, nhưng Mercedes không hỏi thứ đó là gì hay cô bé đã đi đâu. Còn ai biết rõ hơn chị về những bí mật mà tốt nhất nên được giữ kín trong lòng chứ? Chị quàng tay qua đôi vai đang run rẩy của Ofelia và dẫn cô bé trở về nhà máy xay, hi vọng rằng những bí mật của cô bé không nguy hiểm như của mình.

* * *

"Vậy hai người gặp nhau như thế nào?" Phu nhân thị trưởng mỉm cười và mẹ Ofelia liền quên bẵng vẻ khinh khỉnh trên gương mặt của những vị khách khác. Đáng ra bà phải hiểu rõ hơn. Giữ im lặng và trở nên vô hình sẽ an toàn hơn rất nhiều khi ta cảm thấy yếu ớt và nhỏ bé. Nhưng đây là câu chuyện cổ tích của bà, và Carmen khao khát vô cùng rằng nó sẽ kết thúc tốt đẹp.

"Cha của Ofelia đã từng may quân phục cho *Capitán*."

"Ồ, ra vậy!"

Carmen đã không nhận ra rằng đó là tất cả những gì mà phu nhân thị trưởng cần phải biết. Vợ của một thợ may... một người phụ nữ đã từng kết hôn. Những gương mặt quanh bàn đanh lại. Nhưng mẹ Ofelia vẫn còn đang chìm đắm trong câu chuyện cổ tích của mình. *Ngày xửa ngày xưa...*

Bà dịu dàng đặt bàn tay mình lên tay Vidal. "Sau khi chồng tôi mất, tôi đã tới làm việc tại cửa hàng, một mình..."

Những người phụ nữ khác nhìn xuống đĩa ăn của mình. Thật là một lời thú nhận gây sững sờ! Trong thế giới của họ, phụ nữ chỉ làm việc nếu cô ta nghèo và phải chăm lo cho một gia đình. Nhưng mẹ Ofelia vẫn tin rằng chàng hoàng tử đã cứu thoát bà khỏi tất cả những điều đó: nghèo đói, tủi hổ, bất lực... Bà nhìn sang Vidal, đôi mắt rạng rỡ đầy tình yêu.

"Và rồi, khoảng hơn một năm trước" – bà vẫn đặt tay lên tay hắn – "chúng tôi gặp lại nhau."

"Thật li kì làm sao." Những viên ngọc trai mà phu nhân thị trưởng đeo quanh cổ sáng lấp lánh như thể bà đã đánh cắp vài ngôi sao từ trên trời vậy. "Tìm lại được nhau như vậy..."

Giọng bà ta mang đôi chút vẻ ấm áp. Vợ người thợ may và anh lính... ai mà chẳng yêu thích một câu chuyện cổ tích.

"Li kì. À vâng, vâng, rất li kì," bà goá giàu có nói, môi cong tớn. Bà ta chỉ tin vào những câu chuyện cổ tích nơi một vị anh hùng mang về nhà hàng đống vàng.

"Xin hãy thứ lỗi cho vợ của tôi." Vidal rút tay lại rồi cầm ly của mình lên. "Cô ấy cứ nghĩ những người khác lại có hứng thú với mấy câu chuyện ngớ ngẩn như thế này."

Carmen Cardoso xấu hổ nhìn chằm chằm xuống đĩa thức ăn của mình. Có những câu chuyện cổ tích mô tả những bữa tối như thế này. Có lẽ đáng ra cô con gái nên cảnh cáo bà rằng bà đã nhầm tưởng tên Yêu Râu Xanh[1] là một hoàng tử?

(1) Nhân vật trong câu chuyện cổ tích cùng tên. Truyện viết về một nhà quý tộc hung bạo đã giết và giấu xác ba người vợ trước của mình, cùng người vợ tò mò hiện tại của ông ta.

Mercedes nhìn thấy đôi vai xịu xuống của Carmen khi chị trở lại phòng, và chị thấy mừng là những gì mình sắp thì thầm vào tai Carmen là tin tốt.

"Xin thứ lỗi cho tôi," Carmen Cardoso nói khẽ. "Con gái tôi, nó..." Bà không nói hết câu.

Không ai nhìn bà khi Mercedes kéo xe lăn của bà ra khỏi bàn.

"Tôi đã kể với anh rằng tôi biết cha anh chưa, *Capitán*?" Vị tư lệnh hỏi khi Mercedes đẩy chiếc xe lăn về phía cửa. "Cả hai chúng tôi đã chiến đấu ở Ma-rốc. Tôi chỉ biết ông ấy trong một thời gian ngắn, nhưng ông ấy đã để lại ấn tượng sâu sắc."

"Thật sao? Tôi không hề biết đấy."

Mercedes có thể nghe thấy trong giọng Vidal rằng hắn không thích câu hỏi này.

"Các lính tráng của ông ấy nói," vị tư lệnh tiếp tục, "rằng khi Tướng Vidal hi sinh trên mặt trận, ông ấy đã đập chiếc đồng hồ bỏ túi bằng bạc của mình vào một tảng đá để đảm bảo rằng con trai của ông sẽ biết được chính xác giờ phút ông ra đi. Và để cho người con đó thấy một người đàn ông quả cảm hi sinh như thế nào."

"Vớ vẩn!" Vidal nói. "Cha tôi chẳng hề có cái đồng hồ bỏ túi nào cả."

Mercedes khao khát muốn được lôi chiếc đồng hồ bỏ túi từ áo khoác ngoài của hắn ra để cho tất cả bọn họ thấy hắn là một kẻ dối trá và tuyệt vọng đến mức nào. Nhưng thay vào đó, chị lại đẩy xe lăn ra khỏi phòng. Cô bé đang chờ. Mercedes đã để Ofelia lại trên lầu, tắm nước nóng để xua đi cái lạnh, và chị đã thử giặt bộ váy, nhưng nó hỏng mất rồi.

Ofelia né tránh ánh mắt của mẹ mình khi Mercedes đẩy xe lăn vào buồng tắm. Trên gương mặt cô bé vẫn còn vương lại chút vẻ kiêu hãnh và nét nổi loạn mà trước đây Mercedes chưa từng nhận ra. Chị thích nó hơn nhiều so với vẻ buồn bã, thứ cảm xúc đã theo Ofelia như một cái bóng kể từ khi cô bé đến nhà máy xay. Mẹ cô thì không cảm thấy như vậy. Bà nhặt lấy bộ váy hỏng từ dưới sàn nhà lát gạch lên rồi vuốt tay trên lớp vải vấy bẩn.

"Những gì con làm khiến mẹ đau khổ lắm, Ofelia ạ."

Mercedes để họ ở riêng với nhau, Ofelia thả người chìm sâu hơn vào làn nước nóng. Cô vẫn có thể cảm thấy lũ mối đất đang bò trên chân tay mình, nhưng cô đã hoàn thành nhiệm vụ đầu tiên của Thần Nông. Những chuyện khác không quan trọng, kể cả gương mặt buồn bực của mẹ cô.

"Sau khi tắm xong, con sẽ lên phòng đi ngủ mà không được ăn tối, Ofelia ạ," cô nghe thấy bà nói. "Con có nghe không đó? Đôi khi mẹ lại nghĩ rằng con sẽ không bao giờ học được cách cư xử cho đúng."

Ofelia vẫn không nhìn về phía bà. Bọt nổi trên mặt nước phản chiếu lại hình ảnh của cô trong cả ngàn quả bong bóng lấp lánh. Công chúa Moanna.

"Con đang làm mẹ thất vọng, Ofelia ạ. Và cả cha con nữa."

Chiếc xe lăn không xoay được dễ dàng trên nền gạch. Khi Ofelia ngẩng đầu lên thì mẹ cô đã ra đến cửa.

Cha cô... Ofelia mỉm cười. Cha cô là một thợ may. Và là một đức vua.

Cô nghe thấy tiếng vỗ cánh nhè nhẹ ngay vào lúc mẹ cô đóng cửa buồng tắm lại sau lưng. Nàng Tiên đáp xuống mép bồn tắm. Nó lại mang hình hài côn trùng.

"Ta lấy được cái chìa khoá rồi!" Ofelia thì thào. "Đưa ta tới mê cung đi!"

NHÀ MÁY XAY BỊ MẤT AO

Ngày xửa ngày xưa, khi ma thuật không ẩn trốn hoàn toàn khỏi con mắt người trần như ngày nay, có một nhà máy xay nằm giữa rừng, người ta đồn rằng nơi đó bị nguyền rủa bởi cái chết của một phù thuỷ đã bị binh lính của nhà quý tộc dìm chết trong cái ao của nhà máy xay.

Hằng năm, bột mì nhà máy xay sản xuất ra đều biến thành màu đen vào ngày giỗ của bà phù thuỷ, và bởi vì đến cả lũ mèo đuổi chuột khỏi vựa ngô của những người nông dân cũng không dám lại gần, nên ông chủ nhà máy xay Javier sẽ vứt đống bột hỏng vào rừng. Lúc nào cũng vậy, đến sáng hôm sau là chỗ bột biến mất sạch, như thể đám cây đã ngốn sạch chúng bằng bộ rễ của mình.

Chuyện này tiếp diễn trong bảy năm ròng. Bà phù thuỷ chết vào một ngày tháng Mười Một mờ sương và khi ngày giỗ lần thứ tám của bà ló rạng, mặt đất phía sau nhà máy xay trắng xoá với lớp tuyết mới rơi. Đống bột ông chủ nhà máy hất lên nền rừng băng giá dường như còn đen hơn cả năm trước đó, đen đến nỗi trông cứ như thể chính màn đêm đã rơi xuống từ bầu trời để nhường chỗ cho ban ngày vậy.

Cũng như mọi khi, đến sáng hôm sau là lớp bột lại biến mất, nhưng lần này chút ít tàn dư đã nhuộm đen một vệt chân đi. Người chủ nhà máy xay lần theo những dấu chân cho tới tận cái ao cạnh nhà máy. Lớp băng mỏng phủ trên mặt nước đã vỡ, thứ bột đen ngòm nhỏ xuống nước như tro.

Nỗi sợ bao phủ lấy trái tim người chủ nhà máy cũng lạnh lẽo như lớp băng vỡ kia và suýt nữa thì ông vấp chân ngã trong lúc lùi lại khỏi cái ao. Ông đã chứng kiến cảnh Rocio bị dìm chết tám năm trước. Ông cố gắng kéo cái xác vô hồn của bà lên bờ sau khi binh lính của nhà quý tộc đi khỏi, nhưng những thân leo mọc dày đặc trong ao như mái tóc xanh của thuỷ quái đã giữ chặt lấy cơ thể của người đàn bà. Khi ông chủ nhà máy cuối cùng cũng chèo thuyền ra để đưa bà vào, cái xác đã chìm xuống tận đáy cái ao. *Nếu bà ta vẫn còn ở dưới đó thì sao?* Ông tự hỏi. Lẽ nào Rocio đang quay lại để trả thù ông vì ông đã không cứu bà khỏi những kẻ sát hại mình, dù cho ông đã quen biết bà từ thuở thiếu thời và bà còn có lần chữa cho vợ ông khỏi một trận sốt khủng khiếp?

Ông chủ nhà máy xay bước lại gần mặt nước hơn để ít nhất cũng nhìn được loáng thoáng cái sinh vật mà những dấu chân, nhuốm đen bởi thứ bột bị nguyền rủa, trông quá giống với con người kia. *Cẩn thận đấy, Javier!* Đám cây thì thào bằng những cành lá khẳng khiu. *Thứ ở trong đó được sản sinh ra từ giết chóc và tàn bạo. Những tội lỗi không thể lãng quên của con người. Chúng sinh ra hoa trái đầy độc tố.*

Nhưng con người không nghe thấy những gì cây cối nói. Họ đã quên mất cách lắng nghe những vật hoang dã, và người chủ nhà máy bước thêm bước nữa về phía cái ao. Có thứ gì đó chuyển động bên dưới lớp băng. Nó óng ánh bạc như mặt trăng mà Rocio thường nhảy múa bên dưới.

Gương mặt trồi lên từ làn nước có vẻ như là phụ nữ, và xinh đẹp đến nỗi ông chủ nhà máy tiến thêm một bước về phía trước. Đôi mắt của sinh vật đó giống với đôi mắt vàng óng của cóc, còn hai bàn tay đang vươn về phía ông có màng ở giữa các ngón. Ông chủ nhà máy chẳng bận tâm. Ông khao khát được đôi tay đó chạm vào hơn cả ham muốn được vợ mình ôm ấp mà ông từng có, còn hơn cả niềm khát khao bất cứ thứ gì từng hiện hữu trong ông. Ông lội xuống nước rồi ôm lấy cái cơ thể lóng lánh kia dù cho nó đem lại cảm giác như băng đá trong vòng tay ông. Đôi môi của sinh vật bám đầy bột đen và ông chủ nhà máy cảm thấy như trái tim mình đã trở nên óng ánh bạc và lạnh lẽo như trái tim của ả khi hôn lên đôi môi đó, nhưng ông không thể rời ra, rồi cả hai chìm xuống ao, hoà quyện trong một cái ôm mãnh liệt.

Tối muộn ngày hôm đó, khi không thấy chồng trở về, người vợ chủ nhà máy xay đi tìm ông. Bà đi theo hai dấu chân, một trong số đó là dấu chân của chồng bà, vào trong rừng rồi tới cái ao, nơi bà gọi tên ông trên mặt nước đen ngòm. Khi không có tiếng đáp lại, bà liền chạy vào ngôi làng nơi cha mẹ mình sống rồi hét lên khắp khu chợ rằng mụ phù thuỷ trong ao đã ăn thịt chồng bà.

Chẳng bao lâu sau, một đám đông giận dữ hướng về phía cái ao cùng nào lưới, nào chĩa, nào gậy. Họ dừng lại bên bờ ao nơi dấu vết của ông chủ nhà máy biến mất vào làn nước. Có thứ gì đó lấp lánh dưới đáy sâu của cái ao như một báu vật bằng bạc bị chìm, và đám dân làng liền quên bẵng mất những giọt nước mắt của người vợ chủ nhà máy xay. Tất cả những gì họ có thể nghĩ tới là thứ bạc đó và, khi lưới của họ không thể lôi nó lên, họ châm lửa lên gậy và lên mọi cành cây tìm được trên mặt đất băng giá, thả trôi chúng trên mặt ao cho tới khi cái ao ngập chìm trong lửa và làn nước hoá thành khói trắng.

Đám dân làng duy trì ngọn lửa cho tới khi họ đã chặt và đốt toàn bộ số cây xung quanh, tất cả những gì còn sót lại của cái ao là cá chết và đá cuội phủ muội đen. Khối bạc nằm giữa ao trông giống như hai người tình tan chảy thành một.

Đám dân làng lùi lại, còn người vợ chủ nhà máy xay thì hét lên và quỳ sụp xuống khi bà nhận ra những đặc điểm của chồng mình trên một trong hai gương mặt đã tan vào nhau trong một nụ hôn. Không ai dám động vào khối bạc, và người vợ quay về làng cùng với những người khác, không bao giờ trở lại.

Từ đó trở đi nhà máy xay bị bỏ hoang, vì một nhà máy xay không có ao thì làm được gì chứ? Rồi, sau gần chín mươi năm, một người đàn ông chuyển tới, những lời đồn nhắc rằng người này từng có thời là một thợ đồng hồ nổi tiếng ở thành phố Madrid vĩ đại và xa xôi. Đàn chó của y xua đuổi mọi người đàn ông, đàn bà, và trẻ con tới gần nhà máy xay. Vài người thậm chí còn khẳng định rằng canh gác cho y là một bầy sói ăn thịt người. Một người săn trộm thỏ có lần đã nhòm được qua cửa sổ mà không bị xé xác thành trăm mảnh. Trong lúc bán những con thỏ săn trộm của mình cho một người hàng thịt, người này kể lại rằng chủ nhân mới của nhà máy xay đã lôi khối bạc lên khỏi cái ao chết và đang đun chảy nó để làm đồng hồ.

14

HÃY GIỮ LẤY CHIẾC CHÌA KHOÁ

Trung tâm của mê cung trông vẫn như trước, một nơi bị lãng quên từ lâu dưới đáy của thế giới. Nhưng lần này, Ofelia cảm thấy do dự hơn khi trèo xuống cầu thang dẫn tới cây cột. Thường thì việc tìm ra một thứ sẽ dễ dàng hơn việc đối mặt với thứ mà mình đã tìm thấy.

Những bức tường chạy men theo cầu thang chứa đầy các hốc lõm. Lần đầu tới đây, Ofelia đã không để ý thấy. Trông chúng như những vị trí để dâng cúng đang chờ đồ lễ cho một vị thần đã bị lãng quên, hay những ô cửa sổ bị bít gạch của một toà tháp chìm vậy. Mọi thứ trong mê cung đều nhắc tới những điều bị lãng quên... dẫu có lẽ chúng không hề bị quên đi. Có lẽ chúng đang được giữ an toàn.

Nàng Tiên rõ ràng là rất háo hức vì được trở về. Nó xoay tròn rồi rập rờn bay quanh như một người hạnh phúc vì được về nhà. Trong lúc họ chờ Thần Nông, Ofelia nhìn kĩ cây cột hơn. Một cô gái đang ôm em bé được chạm khắc vào lớp đá. Cô gái không có mặt mũi, thời gian đã xoá nhoà nó, nhưng hình dáng đang đứng phía sau, bàn tay có móng vuốt đặt trên vai cô gái, rõ ràng là Thần Nông, đang bảo vệ cô gái, giữ lấy cô – hoặc ghì cô xuống.

Ofelia chỉ vừa chạm vào gương mặt mòn vẹt của em bé thì Thần Nông hiện ra từ trong bóng tối. Trông thần có vẻ khác biệt. Trẻ hơn. Mạnh mẽ hơn. Nguy hiểm hơn.

"Tôi lấy được cái chìa khoá rồi." Ofelia tự hào nói trong lúc giơ nó lên.

Nhưng Thần Nông chỉ gật đầu. Ofelia đã mong đợi nhiều hơn thế một chút. Dù sao thì cô cũng đã phải đối mặt với một con cóc khổng lồ và cứu cây vả, còn chưa nói đến việc làm mẹ phật lòng nữa. Tuy vậy, Thần Nông dường như lại hào hứng hơn nhiều với thứ mình đang ăn. Ofelia không nhìn ra được nó là cái gì, ngoài việc nó bê bết máu và là thịt sống, có lẽ đấy là một con chim hoặc loài gặm nhấm đã chết nào đó.

Thần Nông dứt đầy một miệng thịt bằng bộ răng nhọn hoắt, sắc lẻm của mình rồi bước vài bước nghênh ngang về phía cô.

"Đó là tôi!" Thần chỉ vào cây cột. "Còn cô gái này là người."

Thần lại cắn một miếng nữa từ bữa ăn máu me của mình.

"Còn em bé thì sao?"

Thần Nông lờ câu hỏi đó đi.

"Vậy là," thần nói. "Người đã lấy lại được chiếc chìa khoá." Thần cúi người xuống cho tới khi Ofelia nhìn thấy hình ảnh phản chiếu của chính mình trong đôi mắt xanh nhạt của thần. "Tôi rất mừng."

Thần đứng thẳng dậy rồi chìa bàn tay ra đón Nàng Tiên. Nó duyên dáng đáp lên ngón tay vươn dài của thần và Thần Nông khúc khích cười vui thích khi nó tham lam cắn một miếng từ súc thịt của thần.

"Ngay từ đầu nó đã tin tưởng vào người. Nhìn nó đi kìa! Thật vui sướng!"

Nàng Tiên đập cánh bay đi và Thần Nông dịu dàng dõi mắt theo như một người cha dõi theo đứa con tinh nghịch của mình. "Nó rất xúc động vì người đã thành công!"

Thần cười lớn, nhưng Ofelia thấy gương mặt thần nghiêm túc trở lại khi quay về phía cô.

"Cứ giữ lấy chiếc chìa khoá. Người sẽ sớm cần đến nó thôi." Bàn tay dài rộng của thần vẽ một lời cảnh báo vào màn đêm. Thần lúc nào cũng nhấn mạnh từ ngữ của mình bằng những ngón tay, vươn dài, chỉ trỏ, vẽ nên những kí hiệu vô hình mà dường như tiết lộ nhiều điều hơn cả lời thần nói. "Cái này nữa" - thần trao cho Ofelia một mẩu phấn trắng - "người cũng sẽ cần tới nó! Còn hai nhiệm vụ nữa và mặt trăng sắp tròn rồi."

Ofelia không khỏi rùng mình khi thần vuốt ve gương mặt cô bằng những ngón tay có vuốt dài.

"Hãy nhẫn nại, Công chúa ạ," thần rên lên rừ rừ, mỉm cười khi nhìn xuống cô. "Chúng ta sẽ sớm bước đi trong Khu vườn Thất Viên nơi cung điện của người, dạo chơi qua những lối đi quanh co được lát mã não và thạch cao tuyết hoa..."

Có nét gì đó thật tinh nghịch trong đôi mắt mèo của thần. Ofelia không dám chắc nó có như vậy từ khi họ mới gặp gỡ không, hay liệu chỉ là cô đã không chú ý đến.

"Làm sao tôi biết được những gì ông nói là thật đây?"

Thần Nông lắc lắc mái đầu có sừng của mình như thể cô vừa mới xúc phạm thần sâu sắc. "Tại sao một Thần Nông nhỏ bé đớn hèn như tôi lại phải nói dối người cơ chứ?"

Thần đưa tay men theo vệt nước mắt vô hình đang chảy xuống gò má nhăn nheo của mình, nhưng đôi mắt thần lại là mắt của một con mèo đang ẩn nấp, sẵn sàng vồ mồi.

Ofelia bước lùi lại, tim cô đập thình thịch. Không phải vì sợ hãi. Không. Còn tồi tệ hơn thế. Cô nhìn xuống chiếc chìa khoá vàng trong tay - liệu nó có phải là một vật báu không? Hay là một gánh nặng? Đột nhiên cô cảm thấy rằng mình chẳng thể tin tưởng được ai, không một ai trên thế giới này. Mẹ đã phản bội lại cô để làm vừa lòng Sói, và làm sao cô tin nổi, rằng một ngày nào đó mình có thể tin tưởng được Thần Nông cơ chứ?

15

MÁU

Chiếc chìa khoá mà Vidal dùng để mở cửa kho thóc không phải được làm từ vàng. Tuy vậy, đối với những người dân nghèo đang chờ đợi trước cánh cổng tàn tạ, chiếc chìa khoá mở ra một kho báu đáng giá hơn nhiều. Mới sớm tinh mơ mà họ đã xếp hàng suốt dọc khoảnh sân, nhiều người đem theo cả con cái. Cái đói là vị khách thường xuyên bên bàn ăn của họ, cũng thường xuyên như các thành viên trong gia đình, và những từ ngữ *bánh mì*, *muối*, *đậu*, hay *khoai tây* đối với họ còn kì diệu hơn nhiều so với bất cứ báu vật nào được mô tả trong những câu chuyện cổ tích thời niên thiếu.

Vidal cử hai binh sĩ canh giữ cửa kho thóc, trong lúc một người khác, ngồi bên chiếc bàn mà chúng lấy ra từ trong nhà, đang kiểm tra tem phiếu.

"Chuẩn bị sẵn thẻ phân phối để kiểm tra!" Trung uý Aznar, người được giao nhiệm vụ phát tem phiếu, gầm lên ra lệnh với sự tự tin mà chỉ bộ quân phục mới có thể đem lại. Gã không biết cảm giác phải chờ đợi trong một hàng dài chỉ để lấp đầy cái bụng trống rỗng là như thế nào. Gã xuất thân từ một gia đình đồ tể, và những dáng người kiệt quệ với gương mặt mệt mỏi cùng tấm lưng còng trông như một giống loài thấp hèn đối với gã. Chắc chắn những người này không cùng đẳng cấp với gã rồi.

"Nhanh lên!" Gã quát một ông lão, giật lấy tờ tem phiếu từ bàn tay đang chìa ra của ông. "Tên. Tên riêng và họ." Người cha đồ tể của tên trung uý chưa từng có vẻ ngoài như ông lão này. Thật kiệt quệ, thật hằn sâu dấu vết cuộc đời.

"Narciso Peña Soriano... thưa ngài," ông lão đáp. Tất cả bọn họ đều phục vụ chúng. Cả cuộc đời mình.

Aznar phẩy tay ra hiệu cho ông lão đi vào kho thóc.

"Tên!" Gã gọi, hàng người lặng lẽ chuyển động.

Mercedes và hai người hầu gái khác đem ra những chiếc giỏ chứa đầy bánh mì tươi. Trung uý Medem, người đã mang toàn bộ kho báu này đến nhà máy xay, giơ cao ổ bánh mì lấy từ giỏ của Mercedes.

"Đây là bánh mì hằng ngày của chúng ta tại đất nước Tây Ban Nha của ngài Franco!" Giọng y ầm ầm vang khắp khoảnh sân. "Được giữ an toàn trong nhà máy xay này. Lũ Cộng hoà dối trá dám nói rằng chúng tôi để cho các người chết đói..."

Những lời của Medem vọng lên tới căn phòng mà Ofelia ở cùng với mẹ, đánh thức cô dậy khỏi giấc ngủ nặng trĩu những giấc mơ về Thần Nông, Cóc và chiếc chìa khoá sẽ mở ra... cái gì nhỉ? Ofelia không chắc là mình có muốn biết hay không.

Những lời nói vẫn liên tục vọng vào từ phía bên ngoài.

"... trong một Tây Ban Nha thống nhất không có ngôi nhà nào..."

Ofelia lặng lẽ rời khỏi giường để không làm mẹ mình thức giấc. Nhà...

"... không có ngôi nhà nào là không có lửa hay bánh mì!"

Bánh mì. Từ đó khiến cô thấy đói. Đói vô cùng. Xét cho cùng thì cô đã bị bắt đi ngủ mà không được ăn tối sau một chuyến phiêu lưu khá mệt mỏi.

"... không có ngôi nhà nào là không có lửa hay bánh mì." Đến cả Ofelia cũng biết rằng đó là một lời dối trá, dù cho nó được tuyên bố một cách đầy tự tin. Khi nào thì trẻ con nhận ra là người lớn nói dối nhỉ?

Liệu Thần Nông có nói dối không? Trong những giấc mơ của Ofelia, trông thần còn có vẻ hung ác hơn. *Làm sao tôi biết được những gì ông nói là thật đây?* Mẹ cô đang rền rĩ trong cơn mơ, gương mặt bà lấp lánh mồ hôi, dù cho ánh mặt trời vẫn còn chưa sưởi ấm căn nhà. Bà không tỉnh dậy khi Ofelia rón rén bước tới phòng tắm trên những tấm ván sàn bụi bặm lốm đốm ánh ban mai, nhưng dù vậy, Ofelia vẫn khoá cửa lại trước khi lôi cuốn sách của Thần Nông ra từ phía sau lò sưởi. Những trang giấy lại lần nữa trắng bóc như tuyết.

"Nào!" Ofelia thì thào. "Chuyện gì sẽ xảy ra tiếp theo đây? Cho tôi thấy đi!"

Và cuốn sách tuân lệnh.

Một vết ố màu đỏ hiện lên trên trang sách bên trái. Một vết khác thấm qua trang bên phải. Cả hai đều lan nhanh như mực nhỏ trên giấy ướt. Đỏ au. Màu đỏ lan đi trên những trang giấy trắng, cho tới khi nó lấp đầy cái rãnh nằm giữa chúng rồi nhỏ lên đôi bàn chân trần của Ofelia.

Cô lập tức hiểu ra ý nghĩa của điều này, dù cho cô không thể đoán được lí do. Cô ngước mắt lên khỏi cuốn sách rồi nhìn đăm đăm về phía cửa, nơi phía sau mẹ cô đang say ngủ.

Một tiếng thét bị bóp nghẹt buột ra từ những trang giấy nhuộm đỏ.

Ofelia thả rơi cuốn sách rồi vội vã lao ra cửa. Cô đẩy cửa mở và thấy mẹ mình đang nặng nề tựa vào khung giường, một tay ép vào bụng. Bộ váy ngủ trắng muốt của bà ướt đẫm máu.

"O... Ofelia!" Bà lắp bắp bằng thứ giọng khản đặc, bàn tay giơ lên khẩn khoản, những ngón tay nhuộm đỏ máu của chính mình. "Giúp mẹ với!"

Rồi bà đổ sụp xuống sàn.

* * *

Vidal đang ở trong sân, kiểm tra chiếc đồng hồ bỏ túi, giấu bề mặt nứt vỡ của nó bằng cái găng tay da đen của hắn. Phải mất bao lâu để phát đồ ăn cho đám nông dân này đây. Phí phạm quá nhiều thời gian chỉ bởi vì người ta không thể tin tưởng chúng. Vidal sẵn sàng đánh cược trên bộ đồng phục của mình rằng một vài tên trong số chúng kiểu gì cũng sẽ mang đồ chu cấp cho mình vào rừng để nuôi một gã họ hàng hay người tình nào đó đang gia nhập bè lũ phản động. Hắn ao ước, giá mà hắn có thể cứ thể đập nát rồi giết chết tất cả bọn chúng như đã làm với hai tên săn trộm thỏ.

"*Capitán* ơi!"

Hắn quay lại.

Con nhãi này mất trí rồi à? Nó đang chạy về phía hắn trong bộ đồ ngủ. Bình thường thì nó trốn hắn như một sinh vật biết rằng tốt nhất là nên trở nên vô hình. Mẹ nó không chịu nghe lời khi hắn gợi ý nên để con bé ở lại nhà ông bà trong một thời gian. Đứa con gái đó là một điểm yếu của bà ta và là vấn đề duy nhất mà bà dám chống đối lại hắn, nhưng hắn không có ý định nuôi nấng đứa con của một gã thợ may đã chết.

Những bước chân của Vidal cứng đờ lại vì giận dữ khi hắn bước về phía cô bé, nhưng khi dừng lại trước mặt cô, hắn nhận ra rằng nỗi sợ trên gương mặt Ofelia không phải là do hắn gây ra.

"Đến nhanh lên!" Cô hét lên. "Làm ơn!"

Chỉ khi đó Vidal mới để ý thấy có máu trên bộ váy của cô. Rõ ràng không phải là máu của cô bé. Nỗi sợ khuấy động trong sâu thẳm trái tim hắn, sợ hãi và phẫn nộ. Mụ đàn bà ngu ngốc. Mụ sẽ phụ lòng hắn và đứa con mà hắn đã trao cho mụ. Hắn hét lên ra lệnh cho Serrano đi gọi bác sĩ.

* * *

Bầu trời mở ra và lại rải mưa thấm đẫm thế giới. Dạng thời tiết hoàn hảo phù hợp với tâm trạng của bác sĩ

Ferreira khi ông băng qua sân để báo cáo tình hình bệnh nhân của mình.

Ông thấy Vidal đang đứng phía trước kho thóc, nhìn đăm đăm vào đám lều và xe tải mà hắn đã đem tới nhà máy xay. Trong mắt Ferreira, trông chúng như những thứ đồ chơi bị bỏ đi trước những thân cây linh sam sừng sững phía trên. Ông choàng áo khoác lên. Trên ống tay áo có dính máu.

"Vợ ngài cần được nghỉ ngơi, không bị quấy nhiễu. Bà ấy cần được tĩnh tâm cho tới khi hạ sinh." *Đáng ra ngươi không bao giờ nên đưa bà ấy đến đây,* ông nghĩ thầm trong đầu. *Đáng ra ngươi không nên để cho con gái bà ấy phải chứng kiến mẹ mình trong tình trạng này.* Nhưng thay vào đó, ông chỉ nói: "Cô bé nên ngủ ở chỗ khác. Tôi sẽ ở đây cho tới khi đứa trẻ được sinh ra."

Vidal vẫn đang đăm đăm nhìn qua khoảnh sân.

"Làm cho cô ta khoẻ lại đi," hắn nói mà không rời mắt khỏi màn mưa. "Ta không quan tâm phải tốn phí bao nhiêu, hay ông cần thứ gì."

Khi cuối cùng cũng quay về phía Ferreira, gương mặt hắn cứng đanh lại vì giận dữ. Giận dữ về điều gì? Ferreira tự hỏi. Về cuộc sống? Về bản thân hắn vì đã đưa người vợ đang mang bầu của mình đến đây? Không. Một gã đàn ông như Vidal không bao giờ tự trách cứ bản thân. Có lẽ hắn đang tức giận với người mẹ của đứa con tương lai của hắn vì đã thể hiện rằng mình quá yếu ớt.

"Làm cho cô ta khoẻ lại đi," Vidal nhắc lại. "Chữa khỏi cho cô ta."

Đó là một mệnh lệnh. Và một lời đe doạ.

16

KHÚC HÁT RU

Căn phòng áp mái mà Mercedes yêu cầu những người hầu gái biến thành phòng ngủ cho Ofelia có một ô cửa sổ tròn trên tường, nhìn như hình ảnh của trăng rằm vậy. Nhưng bản thân căn phòng thì còn tiêu điều hơn cả phòng Ofelia và mẹ đã cùng ở, tất cả ngóc ngách đều chất đầy những hộp cất trữ đồ, nội thất được phủ trong những tấm vải đầy ma quái đã ố vàng vì thời gian và bị lãng quên.

"Cháu có muốn ăn chút gì đó không?" Mercedes hỏi.

"Không ạ, cảm ơn cô." Ofelia lắc đầu.

Mercedes cho một người hầu gái khác đến để trải giường bằng những tấm ga và gối mới tinh. Lớp gỗ sậm màu của khung giường khiến cho lớp vải trắng trông hệt như tuyết. Toàn bộ đồ nội thất trong nhà máy xay đều được chế tác từ loại gỗ này, và trong một thoáng, Ofelia đã tưởng tượng rằng cây cối xung quanh nhà máy xay sẽ vùng lên và xé toạc các bức tường, rồi trả thù cho những người anh em đã bị đốn hạ để dựng giường, bàn và ghế.

"Cháu chưa ăn tí gì mà," Mercedes nói.

Làm sao cô có thể ăn nổi đây? Nỗi buồn đã chiếm trọn lấy cô. Ofelia lặng lẽ đặt những cuốn sách của mình lên chiếc bàn cạnh giường rồi ngồi xuống lớp chăn. Trắng phau. Kể từ giờ, mọi thứ màu trắng đều sẽ khiến cô nghĩ đến màu đỏ.

"Đừng lo." Mercedes vươn tay qua giường và chạm vào vai Ofelia. "Mẹ cháu sẽ sớm khoẻ lại thôi. Rồi cháu xem. Có em bé là phức tạp lắm."

"Vậy thì cháu sẽ không bao giờ có con."

Ofelia không hề khóc kể từ khi thấy mẹ mình người ướt đẫm máu, nhưng chất giọng dịu dàng của Mercedes khiến cho những giọt nước mắt cuối cùng cũng lăn xuống trên đôi má cô, dày đặc như máu lan đi trên những trang giấy trong cuốn sách của Thần Nông. Tại sao cuốn sách lại không cảnh báo kịp thời cho cô? Tại sao lại cho cô thấy thứ mà đằng nào cũng đang xảy ra? *Bởi vì cuốn sách đó thật nhẫn tâm,* có điều gì đó trong thâm tâm Ofelia thì thầm, *nhẫn tâm hệt như chủ nhân xảo quyệt của nó. Thậm chí cả Nàng Tiên cũng tàn nhẫn.*

Phải, đúng vậy. Ofelia rùng mình khi nhớ lại cảnh Nàng Tiên cắm ngập răng vào bữa ăn máu me của Thần Nông. Những nàng tiên trong các cuốn sách của cô đâu có bộ răng như thế, phải không nào?

Mercedes ngồi xuống bên cạnh rồi vuốt ve mái tóc Ofelia. Nó đen nhánh như tóc mẹ cô vậy. Đen như than, trắng như tuyết, đỏ như máu...

"Cô đang giúp đỡ những người ở trong rừng, đúng không ạ?" Ofelia thì thầm.

Mercedes rụt tay lại.

"Cháu có nói với ai chưa?"

Ofelia thấy rằng Mercedes không dám nhìn về phía mình.

"Chưa ạ. Cháu không muốn có chuyện gì tồi tệ xảy ra với cô đâu."

Cô tựa đầu mình lên vai Mercedes rồi nhắm mắt lại. Cô muốn trốn trong vòng tay chị, trốn khỏi thế giới, khỏi máu me, khỏi Sói, khỏi Thần Nông. Chẳng có Vương quốc Lòng đất nào mà cô có thể chạy trốn đến được. Tất cả chỉ là dối trá. Trên đời này chỉ có một thế giới duy nhất và nó thật u tối biết bao.

Mercedes không quen với việc ôm ấp một đứa trẻ, dù cho chị vẫn còn đủ trẻ để có con. Khi chị cuối cùng cũng quàng tay quanh người cô bé, sự uỷ mị dấy lên trong tim khiến chị hoảng sợ. Uỷ mị trong thế giới này là một việc làm nguy hiểm.

"Cô cũng không muốn có chuyện gì xấu xảy ra với cháu!" Chị thì thầm đáp lại, đu đưa Ofelia trong vòng tay, dù cho một phần trong chị vẫn đang cảnh báo về sự dịu dàng mà chị đã chấp nhận. Bản thân chị cũng từng ước ao có một đứa con gái, nhưng chiến tranh đã khiến chị quên mất. Nó khiến chị quên đi quá nhiều thứ.

"Cô có biết khúc hát ru nào không?" Ofelia lẩm nhẩm nói.

Có không nhỉ? Có...

"Chỉ có một thôi. Nhưng cô không nhớ lời."

"Không sao đâu. Cháu vẫn muốn nghe." Ofelia khẩn nài nhìn lên phía chị.

Vậy là Mercedes nhắm mắt lại, và trong lúc đang nhẹ nhàng đu đưa đứa con của một người phụ nữ khác trong vòng tay, chị bắt đầu ngân nga khúc hát ru mà mẹ từng hát cho chị và em trai nghe. Giai điệu không lời bao phủ lấy cả chị và cô bé bằng sự ngọt ngào của tình yêu, như thể đó là bài hát đầu tiên từng được cất lên trên mặt đất cho đứa trẻ đầu tiên được sinh ra. Nó hát về tình yêu và nỗi đau mà yêu thương mang lại. Và về sức mạnh, kể cả trong bóng tối sâu thẳm nhất.

Mercedes ngân nga khúc hát ru cho cả cô bé và bản thân mình.

Nó ru ngủ nỗi sợ hãi của họ.

Nhưng bình yên sẽ chẳng kéo dài.

17

EM TRAI VÀ CHỊ GÁI

Mercedes ở lại với Ofelia cho tới khi cô bé thiếp ngủ – cuối cùng cô bé cũng ngủ, bất chấp những lo lắng về mẹ mình, bất chấp nỗi kinh sợ đang ngập tràn trong nhà máy xay cũ như thứ bụi bột mì màu đen.

Căn nhà lặng như tờ khi Mercedes rón rén đi xuống dưới tầng. Mọi người đều đang say ngủ, chỉ trừ các lính gác bên ngoài. Chúng đang quan sát khu rừng và không nhìn thấy chị quỳ xuống sàn nhà bếp để gạt đi lớp cát phủ trên những phiến gạch cho tới khi chị có thể nâng một phiến lên. Bó thư mà chị giấu bên dưới vẫn còn ở đó, và cả cái hộp chứa đầy những thứ chị đã để dành cho những người đang trốn trong rừng. Chị đang cho mọi thứ vào trong túi đeo vai của mình thì tiếng bước chân trên cầu thang khiến chị cứng đờ lại.

"Chỉ là tôi thôi, Mercedes," bác sĩ Ferreira thì thầm.

Ông chầm chậm bước xuống cầu thang như thể đang lưỡng lự khi cuối cùng cũng phải làm cái việc mà ông và Mercedes đã lên kế hoạch hàng ngày trời.

"Ông sẵn sàng chưa?" *Làm ơn hãy nói là rồi đi,* Mercedes khẩn khoản cầu xin bằng ánh mắt. *Tôi không thể làm việc này một mình được.*

Ferreira gật đầu.

* * *

Mercedes dẫn đường. Chị bước qua suối nhằm không để lại dấu vết. Ánh trăng le lói xuyên qua những tán cây và biến làn nước thành dòng bạc tan chảy.

"Việc này điên rồ thật sự," Ferreira khẽ nói trong lúc làn nước lạnh buốt tràn vào giày ông. "Nếu hắn mà phát hiện ra việc chúng ta đang làm, thì hắn sẽ giết tất cả chúng ta." Đương nhiên, cả hai người đều biết ông đang nói đến ai. "Nhưng tôi đoán là cô đã nghĩ đến chuyện đó rồi đúng không?"

Liệu chị còn nghĩ về thứ gì khác được nữa?

Mercedes lắng nghe vào trong màn đêm. "Ông sợ hắn ta đến thế sao?"

Ferreira không thể không mỉm cười. Chị thật đẹp. Lòng dũng cảm của chị như một tấm áo choàng hoàng gia khoác quanh đôi vai.

"Không. Đó không phải là sợ hãi," ông trả lời thật lòng. "Ít nhất là không phải cho tôi..." Ông im bặt vào khoảnh khắc Mercedes ép ngón tay lên môi với vẻ cảnh báo.

Có thứ gì đó đang di chuyển trong rừng.

Mercedes thở một hơi dài nhẹ nhõm khi một thanh niên xuất hiện từ phía sau thân cây, lặng lẽ như bóng trăng thượng huyền nhuộm lên mặt đất phủ rêu. Chiếc mũ lưỡi trai tối màu đội trên mái tóc đen và bộ quần áo anh mặc thể hiện rõ rằng anh đã ở trong rừng một thời gian rồi. Mercedes không rời mắt khỏi anh khi anh sải bước về phía họ qua đám dương xỉ. Em trai chị chỉ kém chị vài tuổi, nhưng khi họ còn nhỏ, vài năm nhỏ nhoi đó cũng tạo nên toàn bộ khác biệt.

"Pedro!" Chị dịu dàng chạm lên gương mặt thân thương của anh khi anh dừng lại trước mặt. Mercedes lúc nào cũng quên mất anh cao đến nhường nào.

Em trai chị ôm chị một cái thật lâu. Ngày xửa ngày xưa, anh đã từng cần đến sự che chở của chị khỏi bàn tay rắn chắc của mẹ họ hay sự liều lĩnh của bản thân anh, chỉ có vậy, nhưng giờ đây, sẽ nguy hiểm hơn nhiều khi làm một người chị lớn luôn quan tâm săn sóc. Đôi khi Pedro ước gì chị mình bớt dũng cảm đi và chị sẽ biết chăm sóc bản thân hơn. Anh thậm chí đã từng bảo chị đừng giúp đỡ họ nữa, nhưng Mercedes không quan tâm đến những gì người khác bảo mình phải làm hay không được làm. Chị của anh tự tạo nên luật lệ của riêng mình. Mercedes lúc nào cũng vậy, kể cả khi còn nhỏ. Anh yêu thương chị rất nhiều.

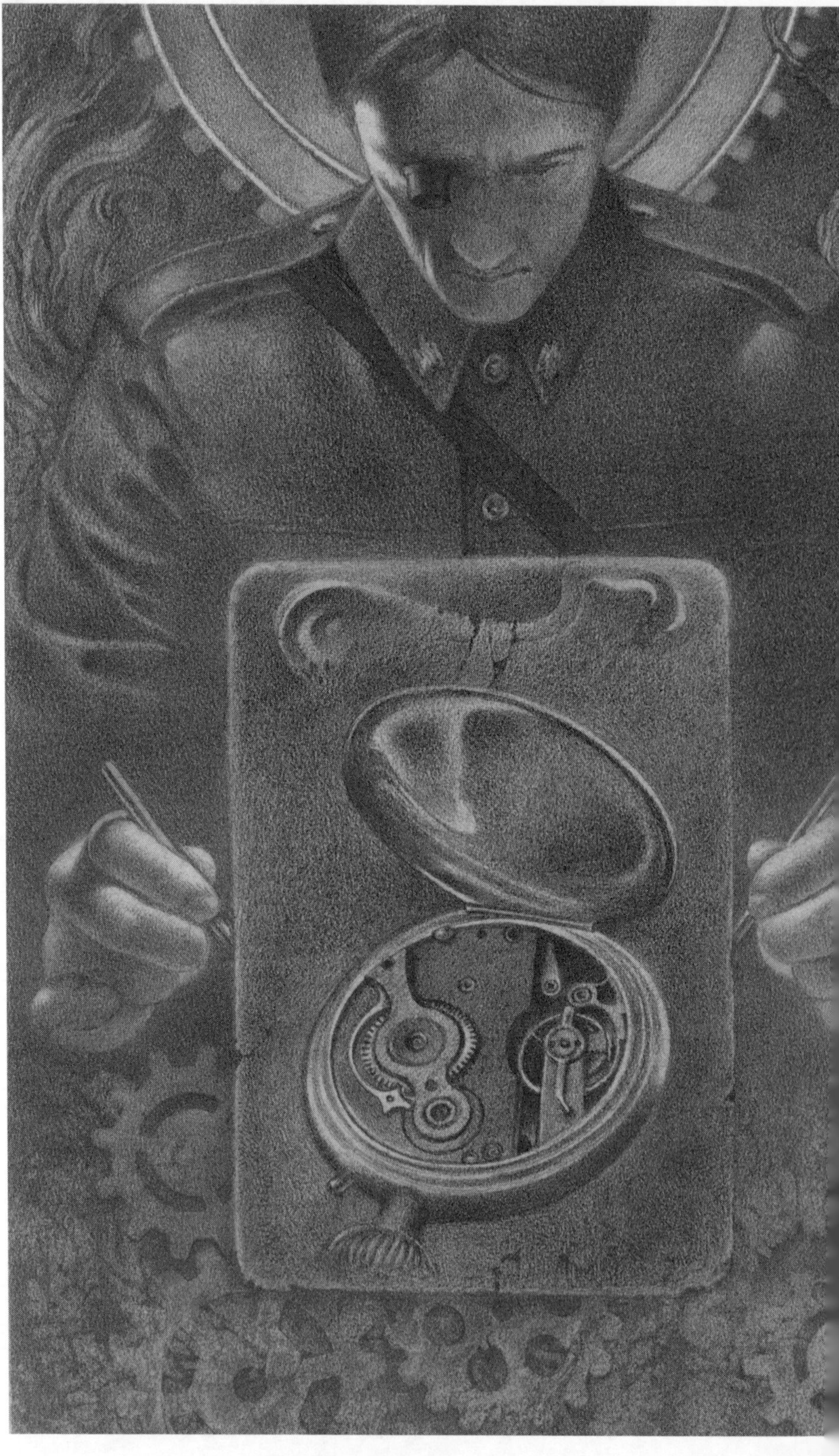

NGƯỜI THỢ ĐỒNG HỒ

Xưa xửa xừa xưa, khi hầu hết mọi người đều đo đạc ngày đêm bằng mặt trời, có một nhà vua trị vì ở Madrid bị ám ảnh bởi thời gian và đồng hồ. Ngài đặt mua đồng hồ cát, đồng hồ treo tường, đồng hồ đeo tay, và đồng hồ mặt trời từ những thợ đồng hồ nổi tiếng trên khắp mọi miền thế giới, chi trả cho những thiết bị tinh xảo này bằng cách bán thần dân của mình cho những ông vua khác làm binh lính hoặc lao động canh tác rẻ mạt. Các khu sảnh trong cung điện của ngài tràn ngập âm thanh của cát chảy qua những chiếc đồng hồ cát khổng lồ và đến cả những chiếc đồng hồ mặt trời trong các khu vườn rộng mênh mông của ngài cũng đếm giờ bằng bóng đổ của chúng.

Ngài có những chiếc đồng hồ bắt chước các loài chim yêu thích của ngài và những chiếc khác thông báo giờ đúng bằng sự xuất hiện của các mô hình hiệp sĩ và rồng tí hon. Đến cả những ngóc ngách xa xôi nhất của thế giới, người ta cũng gọi cung điện hoàng gia của ngài ở Madrid là *El Palacio del Tiempo* – Cung điện Thời Gian.

Người vợ xinh đẹp của nhà vua, Olvido, đã hạ sinh cho ngài một cậu con trai và một cô con gái, nhưng chúng không được phép chơi đùa và cười lớn như những đứa trẻ khác. Ngày tháng của chúng được đo đạc và kiểm soát bởi những chiếc đồng hồ mà nhà vua trao cho, với bề mặt bạc và vàng, ra lệnh cho chúng, khi nào phải dậy, ăn và chơi rồi ngủ.

Vào một ngày, anh hề được nhà vua sủng ái dám nói đùa rằng chủ nhân của anh bị ám ảnh bởi đồng hồ chỉ vì ngài sợ cái chết và hi vọng rằng có thể xua đuổi điều đó bằng cách đo đạc thời gian.

Nhà vua không phải là một người dễ dàng dung thứ. Ngày hôm sau, binh lính xích anh hề vào các bánh răng trên chiếc đồng hồ lớn nhất của nhà vua và ngài đứng nhìn mà không mảy may thể hiện chút thương cảm nào khi các bánh răng nghiền nát từng khúc xương trên cơ thể kẻ đã từng được ngài sủng ái. Dù có cố gắng đến đâu, những người hầu cũng không thể rửa sạch toàn bộ máu bám trên các bánh răng, và kể từ đó, chiếc đồng hồ được gọi là Đồng Hồ Đỏ, người ta thì thầm rằng tiếng tích tắc của nó nhắc đi nhắc lại cái tên của anh hề đã chết.

Năm tháng trôi qua. Hoàng tử và công chúa lớn lên, còn bộ sưu tập đồng hồ của nhà vua khiến cả thế giới phải ghen tị. Rồi một hôm – gần đến ngày đã từng diễn ra buổi hành hình của anh hề mười năm về trước – một món quà được gửi đến cung điện từ một người giấu tên. Trong cái hộp làm bằng thuỷ tinh có đặt một chiếc đồng hồ bỏ túi tuyệt đẹp. Lớp vỏ tráng bạc của nó đang mở ra, để lộ những chữ cái đầu trong tên của nhà vua được chạm khắc bên trong phần nắp, và hai mặt đồng hồ nghiêng bằng bạc dịch chuyển từng phút, từng phút một, tiếng tích tắc của chúng khẽ khàng như tiếng bước chân của một chú chuồn chuồn vậy.

Khi nhà vua lấy chiếc đồng hồ ra khỏi hộp, ngài thấy một miếng giấy được gấp và niêm phong cẩn thận nằm bên dưới. Ngài tái mặt khi đọc thông điệp được viết bằng tuồng chữ chắc chắn và nắn nót:

Thưa Bệ hạ,

Khi chiếc đồng hồ này ngừng chạy, người sẽ qua đời. Nó biết chính xác giờ, phút, và giây, vì tôi đã nhốt Tử Thần của người ở bên trong. Xin đừng tìm cách phá hỏng nó. Giây phút cuối đời của người sẽ chỉ đến nhanh hơn thôi.

Thợ đồng hồ

Nhà vua đăm đăm nhìn vào chiếc đồng hồ trên tay. Ngài có cảm tưởng như các mặt đồng hồ đang đâm chém vào tim mình với mỗi giây mà chúng đo. Ngài không thể cử động nổi. Ngài không còn có thể ăn hay uống hay nghỉ ngơi. Mái tóc và bộ râu của ngài ngả sang màu xám chỉ trong vài ngày, và điều duy nhất ngài có thể làm là tiếp tục nhìn chằm chằm vào chiếc đồng hồ.

Hoàng tử cử các binh lính của cha mình ra khỏi thành để tìm ra người đưa thư đã đem đến món quà chết người. Họ tìm thấy ông ta tại một ngôi làng gần đó, nhưng người đàn ông này không biết tên của người thợ đồng hồ. Ông ta thề rằng mình đã nhận cái hộp tại một nhà máy xay bị bỏ hoang trong khu rừng già, nhưng khi ông ta dẫn họ tới đó, các binh lính của nhà vua chỉ tìm thấy một cái xưởng trống không.

Các kệ giá và bàn làm việc trống trơn, chỉ trừ một bức tượng nhỏ bằng bạc tạc hình một anh hề đang nhảy múa. Nó đang đứng trong một bát máu. Đám binh lính vội vã trở về lâu đài để báo cáo lại những gì mình tìm thấy. Nhưng họ đã tới quá muộn. Nhà vua đã qua đời trong lúc vẫn đang ngồi trên ngai, chiếc đồng hồ bỏ túi siết chặt trong bàn tay lạnh lẽo. Chiếc đồng hồ dừng lại chính xác vào cùng giờ, cùng phút, cùng giây mà anh hề đã chết.

Chỉ tới lúc đó hoàng tử mới nhớ ra rằng anh hề cũng có một đứa con trai.

18

NHIỆM VỤ THỨ HAI

Lần này Ofelia không bị đánh thức bởi tiếng Nàng Tiên vỗ cánh rì rì trong đêm. Trong một thoáng, âm thanh xé toạc những giấc mơ của cô khiến cô tự hỏi liệu có phải khu rừng đã ùa vào phòng mình hay không. Nhưng khi cô ngồi dậy, Thần Nông đang đứng ở cuối giường, chân tay thần kêu lên răng rắc như cành của một cái cây già cỗi trước gió.

"Người vẫn chưa thực hiện nhiệm vụ tiếp theo," thần lầm bầm.

Một lần nữa, trông thần lại thật khác lạ. Khoẻ mạnh hơn. Trẻ trung hơn... lần này thần khiến Ofelia liên tưởng đến một con sư tử đang giận dữ, với đôi mắt giống như mèo của thần, đôi tai tròn vành vạnh và mái tóc dài màu vàng nhạt, càng nhìn càng giống bờm sư tử. Sư tử, dê, người, thần là cả ba nhưng cũng chẳng là cái nào cả. Thần là... Thần Nông.

"Tôi không thể!" Ofelia tự biện hộ. "Mẹ tôi bị bệnh! Bệnh rất nặng!"

"Đó không phải là lí do cho sự lơi là!" Thần Nông nạt, đôi tay viết nên cơn giận vào trong màn đêm. "Chà..." Thần nói tiếp sau một lúc ngừng lại. "Tạm thời tôi sẽ tha thứ cho ngươi. Và tôi cũng mang đến một thứ sẽ giúp được mẹ của ngươi."

Khúc rễ mọc bướu bợt bạt mà thần đang giơ lên còn to hơn cả nắm tay của thần, Ofelia thấy như thể nó đang vươn dài những cánh tay và cẳng chân xoắn vặn của mình ra. Như một đứa trẻ sơ sinh cứng đờ trong tiếng hét chào đời.

"Đây là rễ cây khoai ma," Thần Nông giải thích trong lúc trao cái vật kì quặc đó cho Ofelia. "Một loài cây mơ ước được trở thành con người. Hãy cho nó vào một bát sữa tươi rồi đặt xuống dưới gầm giường của mẹ ngươi, hằng sáng nhỏ hai giọt máu để nuôi nó."

Ofelia ghét cái mùi của khúc rễ cũng y như hình dạng con người kì quặc của nó. Trông nó giống như một em bé được sinh ra với chẳng có gì ngoài cái miệng. Không chân mà cũng chẳng tay.

"Tiến hành thôi! Không trì hoãn nữa. Không còn thời gian để mà lãng phí đâu!" Thần Nông vỗ tay. "Chúng ta sẽ sớm phải đối mặt với trăng tròn thôi. À phải rồi." Thần cởi cái túi gỗ của mình ra. "Suýt nữa thì quên mất! Ngươi sẽ cần đến đám thú cưng của tôi để dẫn đường."

Ofelia nghe thấy tiếng Nàng Tiên ríu rít bên trong khi thần đặt cái túi lên lớp chăn của cô.

"Phải. Người sắp tới một nơi rất nguy hiểm." Thần Nông giơ một ngón tay lên vẻ cảnh báo, những nếp nhăn trên trán thần cuộn lại như những xoáy nước trong một dòng sông sâu vô tận. “Nguy hiểm hơn nhiều nhiệm vụ lần trước. Vì vậy xin hãy cẩn thận!”

Trong một thoáng, giọng thần đầy vẻ lo lắng cho cô một cách chân thành.

“Cái thứ đang say ngủ trong nơi đó...” Thần lắc mái đầu có sừng và nhăn mặt vẻ ghê tởm. “Nó không phải là con người, dù trông bề ngoài thì có vẻ giống. Nó rất già cỗi, vô cùng xảo quyệt và tàn nhẫn – và là một kẻ phàm ăn tục uống.”

Thần lôi một chiếc đồng hồ cát cỡ lớn ra từ không khí rồi thả nó lên giường Ofelia.

“Đây. Ngươi cũng sẽ cần đến thứ này nữa. Ngươi sẽ thấy một bàn tiệc xa hoa, nhưng đừng ăn hay uống bất cứ thứ gì. Không gì cả!” Lần này thì cả hai bàn tay đều vẽ nên một dấu hiệu cảnh báo vào màn đêm. “Nhất quyết không được động tới cái gì hết!”

Ofelia nhìn những đồ vật đặt trên lớp chăn của mình: khúc rễ cây khoai ma, cái túi đeo, chiếc đồng hồ cát. Ba món quà... giống hệt như những gì mà các vị anh hùng trong những câu chuyện cổ tích của cô thường nhận được. Ba món quà luôn tỏ ra rất hữu dụng – trừ khi người ta làm mất chúng hoặc sử dụng chúng sai cách.

“Nhất-quyết không-được động tới cái gì hết!” Thần Nông nhắc lại, những ngón tay để móng xé toạc màn đêm. “Sự sống của người phụ thuộc vào điều đó.”

Và trước khi Ofelia có thể yêu cầu thần nói thêm thì thần đã biến mất.

19

HANG ĐỘNG TRONG RỪNG

Nhóm nổi dậy đã tìm thấy chỗ trú trong một hang động cách nhà máy xay khoảng nửa giờ đồng hồ đi bộ. Cây cối che giấu cái hang khá kĩ, ở đó có đủ không gian cho một tá người cùng tư trang của họ: vài bọc quần áo rách rưới, một chồng sách tả tơi, và những tấm chăn quá mỏng để có thể chống lại cái lạnh, những vật dụng cuối cùng còn sót lại của cuộc sống mà những người đàn ông này đã bỏ lại phía sau bởi vì họ không thể đồng ý với những đôi bốt hành quân và đất nước Tây Ban Nha trong sạch của Tướng Franco. Việc lựa chọn tự do đi kèm với một cái giá rất đắt.

"Tôi mang tới ít Orujo." Mercedes lấy chai rượu yêu thích của Vidal ra khỏi túi đeo. "Thêm cả thuốc lá và pho-mát nữa. Còn đây là thư."

Những người được nhận thư đón lấy bó phong bì với đôi tay run rẩy. Trong lúc họ tiến về phía sâu của động để đọc những gì người thân viết, một vài người khác hít ngửi chỗ pho-mát mà Mercedes đánh cắp được với vẻ thèm thuồng. Hương thơm của nó đưa họ trở về những ngày tháng tươi đẹp khi họ được tự làm ra món pho-mát của mình từ những chú dê mà họ chăn nuôi, và tự do không phải là một thứ xa xỉ phải trả bằng sợ hãi và khổ sở.

Bệnh nhân mà Mercedes đã đưa Ferreira đến cùng để gặp đang nằm trên một chiếc giường cũ kĩ, đọc cuốn sách rách nát, đầu tựa lên túi ngủ. Những người khác gọi ông là Frenchie, và cặp kính là thứ đồ có giá trị nhất mà ông đã cứu được từ những vật dụng trước đây của mình. Ông không nhìn lên khỏi cuốn sách khi bác sĩ Ferreira cúi xuống cẳng chân băng bó của ông.

“Ông nghĩ nó thế nào?” Ông hỏi Ferreira. “Tôi sẽ mất nó đúng không?”

Bác sĩ cởi áo khoác ra rồi xắn tay áo lên. “Để xem nào.”

Ferreira tìm thấy niềm an ủi nơi nghề nghiệp của mình trong những khoảng thời gian đen tối này: ông thích làm một người chữa bệnh trong lúc hầu hết những kẻ khác đam mê tàn phá, nhưng đến cả việc chữa trị cũng đã trở thành một công việc chết người. Người đàn ông mà Ferreira tới để giúp đã tự kết án tử hình cho bản thân bằng cách gia nhập nhóm người ở trong rừng, và Ferreira biết ông cũng đang chấp nhận một án tử hình tương tự vì giúp đỡ quân nổi dậy.

Ông lưỡng lự một chút trước khi gỡ lớp băng gạc đẫm máu ra. Dù sau ngần ấy năm, ông vẫn không thể quen với việc mình thường xuyên phải gây ra đau đớn mới có thể giúp người. Cố gắng kìm nén một tiếng rền rĩ, Frenchie rùng mình khi lớp gạc được gỡ bỏ và Ferreira tự hỏi không biết bao nhiêu trong số những người đang ở trong rừng này hối hận với việc gia nhập một cuộc chiến mà ngày càng có vẻ như một cuộc chiến bại.

Mercedes đem đến một tờ báo, và Tarta, bạn của Pedro, đã giúp họ giải trí đôi chút bằng cách đọc to thành lời. Không ai biết tại sao lưỡi của Tarta lại không thể đọc rõ chữ mà cứ bẻ vụn chúng ra thành từng mẩu. Với kinh nghiệm của mình, Ferreira cho rằng tật nói lắp là do tâm lí quá dễ bị tổn thương để có thể ngăn chặn những điều tăm tối của thế giới. Những người dịu dàng và nhạy cảm dễ bộc lộ tật này, những người chẳng thể làm gì khác ngoài chứng kiến và cảm nhận tất cả. Tarta trông vẫn giống như một cậu nhóc, gương mặt dịu dàng lúc nào cũng thoáng vẻ u sầu, đôi mắt sẫm màu nhìn ngắm thế giới với sự ngạc nhiên và bối rối.

"Các đội quân Anh Quốc và C... C... Canada đổ bộ lên một bờ biển nhỏ ở phía Bắc của nước Ph... Ph..."

"Pháp, đồ ngốc," một trong số những người còn lại nạt, chộp lấy tờ báo, che giấu nỗi sợ của chính mình về thông tin mà nó sẽ đem đến đằng sau sự tàn nhẫn và giận dữ.

"Hơn 150.000 binh lính cho chúng ta hi vọng," anh đọc.

Hi vọng... Ferreira nhìn sang cẳng chân nát bấy của Frenchie. Một viên đạn đã gây ra vết thương này, hẳn nhiên rồi. Đến lúc này, những vết thương do đạn bắn đã trở thành một cảnh tượng quá đỗi quen thuộc với vị bác sĩ, và lần này có vẻ rất tồi tệ. May mắn là ông già không thể nhìn thấy vết thương. *Già ư?* Ferreira cười nhạo bản thân. Frenchie có lẽ khoảng bằng tuổi ông.

"Dưới sự chỉ huy của Tướng Dwight D. Eisenhower..."

Frenchie thở hắt ra khi Ferreira vừa chạm vào chân mình. "Nó có tệ như tôi nghĩ không?"

"Nghe này, Frenchie..." Giọng Ferreira dịu dàng đầy thương cảm. Ông tháo kính ra trong một nỗ lực vô ích muốn nhìn mọi thứ nhoà đi trong chốc lát. "Không có cách nào cứu được cái chân này đâu."

Sự im lặng bao trùm cả hang động. Và nỗi sợ của người đàn ông bị thương.

Những người khác vây lấy Frenchie trong lúc Ferreira mở cái túi của mình. Ít nhất thì ông có dụng cụ, nhờ việc ông cũng chữa trị cho những binh lính gây ra vết thương này. Nhưng ông không có thuốc gây mê.

Mercedes ép Frenchie uống hết nửa chai rượu của Vidal; không dễ chịu cho lắm với một người sắp bị cưa lìa cẳng chân.

"Tôi sẽ làm nhanh nhất và ít đường cắt nhất có thể." Ferreira ước gì mình có thể nghĩ ra một lời hứa ít thảm hại hơn.

Frenchie gật đầu rồi tóm lấy bàn tay Mercedes. Dù không phải là một bà mẹ, nhưng tối nay là lần thứ hai chị đóng vai này - lần đầu là với Ofelia, giờ là với một người đàn ông mà chị mới chỉ quen biết qua loa. Mẹ, chị gái, vợ... Mercedes là người phụ nữ duy nhất mà những người đàn ông trong rừng được thấy trong suốt thời gian dài, và đối với một số người, chị đóng tất cả những vai trò này. Giống như hầu hết những người đàn ông, chị nhắm mắt lại khi Ferreira ép cái cưa xương vào cẳng chân sưng phồng của Frenchie.

"Đợi chút đã, bác sĩ! Một giây thôi."

Frenchie nhìn chân mình một lần nữa. Lựa chọn chiến đấu chống lại những đôi bốt hành quân khiến ông sẽ trở thành một gã què. Ferreira tự hỏi không biết điều đó khiến ông cảm thấy thế nào về quyết định của mình. Frenchie hít vào thật sâu, ép chặt môi lại với nhau, như thể điều đó sẽ giữ cho những tiếng hét không lọt ra, những tiếng hét, sự tuyệt vọng, nỗi sợ hãi... rồi ông gật đầu lần nữa.

Lần này chính Ferreira lại là người phải cố thở đều trở lại, để có thể bình tĩnh thực hiện công việc đồ tể mà mình sắp làm. Đôi khi đến cả những người chữa lành cũng phải trở thành đồ tể bởi bóng tối của thế giới này.

20

QUỶ NHỢT NHẠT

Trong căn phòng áp mái của Ofelia, cô không cần phải giấu cuốn sách của Thần Nông đi. Cô để cuốn sách trên chiếc bàn đầu giường, nơi nó nổi bật giữa những cuốn sách khác chỉ nhờ kích cỡ của mình. Những người hầu gái thấy tội cho cô vì bị đuổi lên gác xép - Ofelia nhìn thấy điều đó trên gương mặt họ khi họ đem đồ ăn lên cho cô. Nhưng Ofelia thật ra lại chẳng bận tâm. Càng ngày cô càng cảm thấy khó có thể ngủ cạnh mẹ mình, hơi thở nặng nhọc và sự đau đớn của bà khiến cô giận đứa em trai chưa ra đời của mình đến mức thỉnh thoảng, khi thử hình dung xem em mình trông sẽ ra sao, cô liền gán cho thằng bé gương mặt của bố nó.

Ban đầu, cô gần như chẳng thể ra lệnh cho những ngón tay của mình mở cuốn sách ra. Kí ức về máu rỉ ra khỏi những trang giấy ám ảnh cô, nhưng mong ước được biết về nhiệm vụ tiếp theo của cô đã chiến thắng nỗi sợ. Thần Nông đã dạy cho cô bài học đầu tiên: cô biết tới lòng dũng cảm của mình kể từ khi bò qua những đường hầm bất tận của Cóc. Và lần này, cô khoác lên mình chiếc áo choàng để đảm bảo rằng trong nhiệm vụ tiếp theo, cô sẽ mặc một thứ giữ ấm được cho cơ thể và không bị hỏng nếu dính bẩn.

Cuốn sách hé lộ bí mật của nó nhanh hơn mọi khi. Trang sách bên trái được lấp đầy trước tiên, những đường nét thanh mảnh để lộ hình dáng xương xẩu của một gã đàn ông trắng nhợt, không có mũi và hói đầu, với hai cái lỗ thay cho mắt bên trên một cái mồm há hốc. Nét mực màu nâu vẽ nên một Nàng Tiên, rồi đến một cánh cửa. Bức hình hiện lên chi tiết dần trong lúc Ofelia đọc dòng chữ xuất hiện trên trang bên phải:

Hãy dùng phấn để vẽ nên một ô cửa ở bất cứ đâu trong phòng của người.

Phấn. Ofelia thò tay vào trong túi áo khoác để tìm mẩu phấn mà Thần Nông đã đưa cho cô. Trong một thoáng, cô lo sợ rằng mình đã đánh mất nó, nhưng cuối cùng thì những ngón tay của cô cũng tìm thấy nó. Hình ảnh trong cuốn sách vẫn đang được hé mở. Cô gái trong bộ váy màu xanh và chiếc tạp dề trắng xuất hiện bên dưới Quỷ Nhợt Nhạt, trong bộ quần áo sạch bong như thể Ofelia chưa từng làm hỏng chúng trong rừng. Ba Nàng Tiên ở bên cạnh. Cô gái mỉm cười với Ofelia. Rồi cô gái quỳ xuống với mẩu phấn trong tay và vẽ đường viền của một cánh cửa lên tường. Lại thêm những từ ngữ khác xuất hiện:

Khi cánh cửa đã mở, hãy lật đồng hồ cát và để cho Nàng Tiên dẫn lối...

Cánh cửa mở lúc này đã được đóng khung bởi một vòm đá tựa lên hai cột trụ thành hình bên dưới cánh tay phải của Quỷ Nhợt Nhạt.

Đừng ăn hay uống bất cứ thứ gì trong lúc ở đó,

những từ ngữ ở trang bên phải cảnh báo,

và quay trở về trước khi hạt cát cuối cùng rơi.

Thêm những hình ảnh khác đang dần hình thành, nhưng đến lúc này, Ofelia thấy rằng có quá nhiều thứ để mà ghi nhớ, nên cô gập cuốn sách lại rồi quỳ xuống với mẩu phấn trên tay, giống như cô gái trong hình minh hoạ đã làm. Tường phòng áp mái phủ đầy mạng nhện và khá lồi lõm, nhưng viên phấn để lại một đường rõ rệt trên lớp vữa trát. Nó biến thành một thứ bọt trắng rồi khẽ rít lên, khắc một cánh cửa vào bức tường. Cái cửa mở ra như cánh cổng vào một lăng mộ cổ xưa khi Ofelia ấn bàn tay vào đó. Khoảng mở phía sau hẹp đến mức cô phải còng lưng xuống để nhòm qua. Cô nhìn xuống một hành lang rộng rãi, trần cao quá đầu còn sàn thì ở phía dưới ít nhất là hai mét. Các cây cột sắp thành hàng với những bức tường mang màu đỏ đậm như máu khô. Những tia sáng lọt qua các ô cửa sổ nhỏ, chiếu lên mặt sàn lát gạch kẻ ca-rô màu trắng và đỏ nâu.

Vì mặt sàn quá xa để nhảy xuống, Ofelia lấy chiếc ghế từ căn phòng áp mái rồi hạ nó xuống qua lỗ mở. Sau đó cô quàng cái túi đeo của Thần Nông lên qua vai rồi đặt chiếc đồng hồ cát xuống sàn nhà cạnh giường mình. Khi Ofelia vừa lật nó lại, một lượng cát nhỏ màu đỏ nhạt bắt đầu lấp dần lớp thuỷ tinh bên dưới, nhanh đến đáng lo ngại.

Chiếc ghế thể hiện tốt vai trò của một cái thang. Khi Ofelia nhảy từ đó xuống mặt sàn kẻ ca-rô, cô nghe thấy một tiếng thở khò khè từ xa vọng tới... như thể có ai đó đang thở khó nhọc trong lúc ngủ vậy. Âm thanh đó trộn lẫn với tiếng bước chân vang vọng của cô khi đi dọc theo khu hành lang uốn lượn, trải dài mãi như một dòng sông, những cây cột đổ bóng xuống nền gạch như hàng cây hoá đá bất tận. Ofelia vừa cảm thấy như mình đã đi bộ hàng giờ đồng hồ thì hành lang đột ngột phình ra thành một căn phòng tối tăm, không có cửa sổ.

Trong một thoáng, Ofelia tự hỏi liệu có phải mình đã bị lạc trong thời gian và đi ngược về một quá khứ bị lãng quên từ lâu hay không. Căn phòng trông thật cổ kính dưới mái trần được sơn vẽ, nhưng Ofelia không nhìn vào những hình ảnh đã phai nhạt trên đầu. Tất cả những gì cô nhìn thấy là một chiếc bàn dài đặt ở chính giữa căn phòng. Nó được phủ kín nào bát, nào đĩa bằng vàng chất đầy tới tận mép bởi hoa quả, bánh trái, và thịt nướng, nhưng chiếc ghế duy nhất có người ngồi là chiếc ở tận cuối bàn. Quỷ Nhợt Nhạt ngồi trên đó, được thắp sáng bởi những ngọn lửa đang nhảy múa trong bếp lò phía đằng sau.

Gã không nhúc nhích khi Ofelia tiến lại gần chiếc bàn. Thật ra, gã nhìn như thể đã không cử động suốt hàng thế kỉ rồi, trong khi đồ ăn lại trông tươi ngon như vừa được dọn ra. Ofelia không thể rời mắt khỏi những chiếc bánh, món pudding, thịt nướng được trang trí bằng quả và hoa ăn được, những chiếc đĩa vàng phản chiếu trong các cốc thuỷ tinh đổ đầy vang đỏ. Đỏ và vàng... cả căn phòng ngập tràn hai màu sắc đó, đến cả lửa cũng bắt chước chúng. Và những mùi hương thiên đường! Chúng khiến Ofelia quên hết mọi thứ, thậm chí quên cả sinh vật đáng sợ đang lặng lẽ ngồi trước đĩa đồ ăn của mình, chỉ cách cô vài bước.

Chỉ khi đến phía cuối bàn, cô mới nhớ ra gã là ai. Phải nhìn gã gần thế này khiến cô kinh hãi há hốc miệng. Gã trần như nhộng, đúng như cuốn sách đã thể hiện, lớp da tái nhợt của gã nhão nhoẹt phủ trên bộ xương như tấm vải liệm quá khổ. Đó là một quang cảnh kinh hoàng, nhưng phần tồi tệ nhất là gương mặt gã. Hoặc là việc gã không có mặt.

Gương mặt của sinh vật này trống trơn đến ghê rợn, chỉ trũng vào chỗ hai lỗ mũi và cái mồm mỏng như lưỡi dao cạo – một khe hở còn dính máu với những nếp gấp hằn sâu của lớp da bị chùng bao quanh – và đôi tay để móng dài của hắn, đang nằm bất động bên cạnh cái đĩa ăn bằng vàng, với những đầu ngón tay nhọn hoắt đen sì, lớp thịt bên trên đỏ au vì dính máu.

Việc con quái vật này không nhúc nhích khiến Ofelia gan dạ hơn. Cô nhòm qua cái đĩa của gã giữa hai bàn tay khủng khiếp, tò mò không hiểu tại sao nó lại cầm hai viên đá cẩm thạch, và rồi cô vội vã rụt người lại khi phát hiện ra rằng những viên cẩm thạch đó chính là cầu mắt. Chỉ khi đó cô mới để ý kĩ hơn đến những hình vẽ trên trần. Những điều chúng tiết lộ khiến Ofelia phải lùi lại khỏi bàn dù cho trên đó chứa đầy cao lương mĩ vị: những bức hình trên đầu thể hiện việc làm của Quỷ Nhợt Nhạt.

Một vài bức mô tả những đứa trẻ đang giơ tay lên cầu xin sự thương xót. Những bức khác cho thấy con quái vật đang dùng dao và kiếm chọc thủng người những đứa trẻ, giật đứt chân tay chúng hoặc ăn tươi nuốt sống chúng trong cơn đói vô độ. Những cảnh tượng đó được vẽ sống động tới mức Ofelia tin rằng mình có thể nghe thấy tiếng những nạn nhân kêu gào. Thật quá sức chịu đựng! Nhưng khi hạ tầm mắt xuống để thoát khỏi những bức hình giết chóc, tất cả những gì cô thấy là hàng trăm chiếc giày nhỏ xíu chất đống lên phía tường.

Ofelia gần như không thể ép bản thân mình đối diện với sự thật, nhưng sự thật vẫn ở đó. Quỷ Nhợt Nhạt là Quỷ Ăn Thịt Trẻ Con.

Phải, chính là như vậy.

Nhưng nếu gã ăn thịt trẻ con... thì tại sao lại có đống thức ăn này? Ofelia thắc mắc. *Sao lại phải chuẩn bị bữa tiệc xa xỉ này?*

Cô chẳng thể tìm thấy câu trả lời trong những bức hình kinh khủng trên đầu mình hay giữa những cái đĩa vàng. Tất cả những gì cần phải làm, cô tự nhắc nhở bản thân về lời khuyên của cuốn sách, là tránh xa cái bàn và để cho các Nàng Tiên giúp mình. Ba Nàng Tiên chào đón cô bằng tiếng ríu rít mừng rỡ khi cô mở cái túi đeo ra. Phớt lờ gã quỷ ghê rợn đang ngồi bên bàn, chúng bay rập rờn sang phía bên trái của căn phòng, nơi phía cao trên tường là bộ ba ô cửa nhỏ được bao quanh bởi hình chạm khắc những cái miệng há ngoác, các đôi mắt nhìn chằm chằm, và ngọn lửa, bên trên hình ảnh một mê cung.

Những ô cửa này chỉ vừa lớn hơn bàn tay Ofelia và mỗi cái lại có một vẻ hơi khác biệt – nhưng cả ba Nàng Tiên đều chỉ vào cánh cửa ở giữa. Nó thật đẹp – sáng loáng và phủ vàng ròng.

Ofelia lôi chiếc chìa khoá của Cóc ra khỏi túi áo, nhưng đột nhiên cô nhớ ra điều mà những câu chuyện trong các cuốn truyện cổ tích của mình đã răn dạy: *Khi phải đối mặt với ba sự lựa chọn, hãy luôn chọn cái ít hiển nhiên nhất. Cái xoàng xĩnh hơn.*

"Ôi, các ngươi nhầm rồi!" Cô thì thầm với Nàng Tiên. "Đây không phải là cánh cửa đúng đâu!"

Rồi không để tâm gì đến tiếng rúc rích tức tối của chúng, Ofelia thử tra chìa vào ổ khoá trên cánh cửa tầm thường nhất, làm từ gỗ thô và đóng đinh sắt. Chiếc chìa khoá trượt vào trong một cách dễ dàng. Ofelia ném cho những người đồng hành có cánh của mình cái nhìn đắc thắng rồi mở cánh cửa tí hon ra. Tuy nhiên, các Nàng Tiên khi nghe thấy tiếng cát đỏ chảy qua chiếc đồng hồ cát, liền bâu vào xung quanh cô, thúc giục cô phải nhanh lên.

Khoang mở phía sau cánh cửa sâu hoắm, gần như quá sâu để Ofelia có thể với tới thứ được cất giấu bên trong. Cuối cùng, cô cũng chạm được vào lớp vải mềm và thứ sắt mát lạnh. Vật mà cô lôi ra được bọc trong vải nhung đỏ, Ofelia suýt chút nữa thì đánh rơi nó khi nhận ra thứ mà mình đang cầm trên tay.

Đó là một con dao găm, phần lưỡi dài lấp lánh ánh bạc hệt như ánh trăng, chuôi dao bằng vàng ròng chạm nổi hình ảnh của một Thần Nông.

Và một em bé sơ sinh.

Các Nàng Tiên lại một lần nữa túm tụm lại quanh Ofelia, giục cô nhanh chân lên, nhưng thật khó để cô bé có thể nhớ đến những hạt cát đang chảy trong căn phòng cổ kính nơi mọi thứ dường như đang đóng băng trong thời gian, bao gồm cả Quỷ Ăn Thịt Trẻ Con nhợt nhạt kia. Một trong những Nàng Tiên, để đảm bảo rằng con quái vật vẫn đang bất động, bay tới gần khuôn mặt khủng khiếp của gã đến nỗi đôi cánh của nó sượt qua da gã, nhưng Quỷ Ăn Thịt Trẻ Con vẫn ngồi im như phỗng, như thể gã chỉ còn là một đài kỉ niệm của chính mình, một tượng đài của tất cả những việc làm tồi tệ của gã.

Ofelia nhét con dao vào trong túi đeo của Thần Nông và cố gắng giữ cho mắt mình không rời khỏi Quỷ Nhợt Nhạt trong lúc tiến về phía chiếc bàn. Toàn bộ chỗ thức ăn này trông thật ngon lành làm sao. Cô không thể nhớ nổi lần cuối mình được nhìn thấy một cái bánh ngon như vậy hay một thứ quả tươi đến thế là từ bao giờ. *Chưa bao giờ cả!* Mà cô lại đang đói nữa.

Đói thực sự, trái tim cô rủ rỉ khi cô đưa bàn tay lên. *Đừng ăn hay uống bất cứ thứ gì!* Nhưng Ofelia đã nhìn thấy những trái nho và lựu, cùng các món ăn mà cô thậm chí còn chẳng biết tên. Tất cả đều hứa hẹn sự ngọt ngào ngon lành, đến nỗi cô không muốn nghe những tiếng ríu rít cảnh báo đầy hốt hoảng của các Nàng Tiên.

Không. Ofelia gạt chúng đi. Một quả nho thôi – chỉ một thôi. Chắc chắn sẽ chẳng ai nhận ra điều đó trên bàn tiệc ê hề này. Ai mà lại bận tâm đến việc một quả nho bé xíu bị thiếu cơ chứ?

Ofelia rón rén ngắt một quả nho rồi đút nó vào miệng. Nàng Tiên đã gặp cô trong rừng che mặt đi trong nỗi thất vọng tràn trề.

Bọn họ thế là xong.

Quỷ Nhợt Nhạt bừng tỉnh. Những đầu ngón tay đen đúa của gã, nhọn hoắt như gai, bắt đầu cựa quậy sau một cái giật. Cái mồm há ngoác của gã hít một hơi đầy khổ sở, bàn tay phải chộp lấy một trong hai cầu mắt đặt trên đĩa, trong lúc bàn tay trái xoay, xoè những ngón tay ra như một bông hoa kinh dị. Cầu mắt nhét vào vừa khít trong cái lỗ há hoác trên lòng bàn tay trái, và khi bàn tay phải của gã nhận lấy cầu mắt thứ hai, với con ngươi đỏ quạch như quả nho mà Ofelia vừa ăn, Quỷ Nhợt Nhạt giơ cả hai bàn tay lên gương mặt không có mắt của mình để tìm xem kẻ nào vừa đánh thức mình dậy.

Ofelia vẫn chưa nhận ra việc mình đã làm. Bùa lú mà chiếc bàn mang lại quá mạnh, và Nàng Tiên đã đưa cô vào mê cung chẳng thể ngăn cô ngắt thêm một trong những trái nho phản phúc kia.

Ôi, cái đứa con gái này!

Sao cô ta lại khiến cho việc giúp đỡ cô ta trở nên khó khăn đến vậy chứ? Chủ nhân đầu sừng của chúng sẽ tức giận lắm. Nàng Tiên bay đến ngay phía trước mặt cô gái để phá vỡ bùa chú, thậm chí còn lôi được quả nho ra khỏi những ngón tay của cô. Nhưng liệu cô bé có thấy biết ơn không? Ồ không. Ofelia đang rất giận dữ. *Tại sao họ không chịu hiểu chứ?* Cô nghĩ trong lúc giật quả nho lại từ Nàng Tiên. Tất cả những gì cô ước ao chỉ là được đắm mình trong sự ngọt ngào, được ăn thứ quả khiến cô quên đi mọi thứ - tất cả cay đắng, tất cả đau thương, và tất cả những giọt nước mắt đã lấp đầy cuộc sống của cô.

Quỷ Nhợt Nhạt đã đứng dậy khỏi ghế. Gã bước ra từ phía sau chiếc bàn, đôi chân di chuyển cứng nhắc như thể chúng đã quên mất cách đưa cái cơ thể xương xẩu của gã đi rồi. Gã cứ giữ hai bàn tay giơ trên mặt, đôi mắt trong lòng bàn tay tìm kiếm kẻ trộm đã đánh thức gã và ăn cắp từ bàn tiệc của gã.

Đầu tiên, đôi mắt đó tìm thấy các Nàng Tiên.

Và sau đó là Ofelia.

Người vẫn chưa nhận ra việc mình đã làm.

Ôi, giờ thì các Nàng Tiên đang gào thét mới dữ dội làm sao. Nhưng giọng của chúng chỉ nhỉnh hơn tiếng rả rích của lũ dế đôi chút và Ofelia lại cắn một quả nho khác trong lúc Quỷ Nhợt Nhạt tiến lại gần hơn, lớp da chảy lủng lẳng từ chân tay xương xẩu của gã như một bộ quần áo được may từ thịt. Các Nàng Tiên bu xung quanh cái đầu ghê rợn của Quỷ Ăn Thịt Trẻ Con, tuyệt vọng tìm cách làm sao nhãng gã khỏi cô bé. Nỗi sợ khiến giọng chúng trở nên the thé, đến nỗi cuối cùng cũng xuyên thủng được bùa mê.

Ofelia quay lại, nhưng đã quá muộn. Kẻ ăn thịt trẻ con đang cố chộp lấy các Nàng Tiên bằng những ngón tay dính máu của mình. Ban đầu, chúng tìm cách thoát được, nhưng Quỷ Nhợt Nhạt là một tên thợ săn giàu kinh nghiệm. Hai Nàng Tiên mà gã tóm được chiến đấu quyết liệt vì sự sống còn của mình, nhưng gã đã tóm được chúng không chịu thả ra, và Ofelia phải chứng kiến con quái vật nhồi Nàng Tiên đầu tiên vào giữa hai hàm lợi không có răng. Gã giật đứt đầu nó nhẹ nhàng như bứt một đoá hoa khỏi cành, máu của nó chảy tràn xuống cái cằm lợt màu của gã. Nàng Tiên thứ hai, vật lộn vô vọng trong vòng kìm kẹp tàn nhẫn của gã, cũng gặp phải số phận tương tự người chị em của mình, cánh và chân tay nó bị nghiền nát giữa hai vành môi không màu. Quỷ Nhợt Nhạt đang liếm máu khỏi những ngón tay thì cuối cùng Ofelia cũng bắt đôi chân mình nhúc nhích được.

Cô chạy ra hành lang nhưng chẳng bao lâu sau đã nghe thấy những tiếng bước chân lảo đảo của con Quỷ Nhợt Nhạt phía sau lưng. Khi ngoái lại nhìn, cô thấy hình dáng khủng khiếp của gã giữa những cây cột, đôi mắt quắc lên không chút mệt mỏi trong hai bàn tay giơ cao. *Chạy đi!* Ofelia nói với đôi chân mình. *Chạy!* Nhưng đầu gối cô đang run rẩy, khiến cô trượt chân rồi ngã xuống sàn nhà kẻ ca-rô.

Nàng Tiên cuối cùng, vẫn sống sót, bay đến bên cạnh Ofelia. *Các chị em của ngươi đã chết vì ta!* Ofelia nghĩ trong lúc lập bập chạy tiếp. Không. Cô không thể nghĩ về chuyện đó vào lúc này được. Cô vẫn chưa nhìn được thấy đoạn cuối hành lang, và cao phía trên phòng áp mái, cát vẫn đang chảy qua chiếc đồng hồ của Thần Nông.

Có lẽ thật tốt khi Ofelia không thể nhìn thấy cát còn ít đến thế nào. Tim cô đang đập thình thịch khi cô tới được ngã rẽ cuối cùng của khu hành lang. Cái ghế vẫn ở đó và phía trên là ô cửa mà mẩu phấn đã cắt mở.

Nhưng Nàng Tiên lại nghe thấy tiếng cát chảy.

Ofelia chỉ còn cách cái ghế hai bước thì cánh cửa bên trên bắt đầu chầm chậm khép lại.

"Không!" Ofelia hét lên. "Không!"

Vừa thở hổn hển, cô vừa lồm cồm trèo lên ghế, nhưng khi cô với lên, cánh cửa đã biến mất và nó không xuất hiện trở lại, dù cho cô có dộng nắm đấm vào tường đi nữa. Điều gì đã khiến tâm trí đang cồn cào của cô nhớ đến viên phấn? Có lẽ Nàng Tiên đã nhắc nhở cô bằng một tiếng thì thầm?

Ofelia lục tìm trong túi đeo của Thần Nông.

Không có.

Tìm trong túi áo khoác, lần này thì cô thành công hơn.

Tiếng bước chân của Quỷ Nhợt Nhạt vang vọng càng lúc càng lớn qua khu hành lang, những ngón tay của Ofelia cứng đờ lại vì sợ hãi, khiến cô bẻ gãy viên phấn làm đôi. Cô chỉ vừa đủ sức giữ được mẩu phấn nhỏ còn sót lại trên tay mình.

Phía sau cô, Quỷ Nhợt Nhạt bước qua góc quành. Gã giơ bàn tay phải lên nhìn chằm chằm vào Ofelia. Nó kia rồi. Ôi, gã yêu thích cảnh lũ trẻ con tìm cách chạy trốn làm sao. Giết chóc vui thú bao nhiêu thì săn đuổi cũng sung sướng bấy nhiêu.

Nàng Tiên rít lên kinh hoàng, nhưng nó không rời khỏi Ofelia khi cô trèo lên lưng ghế để với tới trần nhà.

Gần hơn. Quỷ Nhợt Nhạt đang tiến lại ngày một gần hơn, lững lững trên đôi chân xương xẩu, đôi mắt gã loé sáng trong hai lòng bàn tay.

Cuối cùng Ofelia cũng vẽ được một hình vuông lên lớp men khảm phủ kín trần nhà. Cô dùng toàn bộ sức lực còn sót lại để đẩy cánh cửa, và cuối cùng viền kẻ phấn cũng hé mở, nhưng khi Ofelia đu người lên, hi vọng rằng cánh cửa này cũng sẽ dẫn cô trở về phòng mình, hai chân cô trượt khỏi ghế. Nàng Tiên lao qua người Ofelia trong lúc cô vật lộn để đu lên, tránh khỏi đôi tay kinh khủng kia. Móng tay của Quỷ Nhợt Nhạt sượt qua hai chân cô, nhưng vì phải dùng tay để tóm Ofelia nên gã không nhìn được, và cuối cùng cô cũng lôi được người lên sàn nhà bụi bặm của căn phòng áp mái. Cô đẩy cánh cửa sập mà vệt phấn đã cắt ra trở về chỗ cũ cho tới khi chỉ còn lại một viền ánh sáng mảnh cho thấy lối mở đã cứu sống cô.

Ofelia đứng dậy.

Một tiếng rền rĩ vọng qua sàn nhà, tiếng rên của một cái mồm háu đói be bét máu, cô cảm thấy Quỷ Nhợt Nhạt đang đẩy vào những tấm ván sàn. Những nỗi sợ tồi tệ nhất luôn nằm bên dưới chúng ta, lẩn quất, làm chấn động mặt đất mà chúng ta từng hi vọng rằng sẽ chắc chắn và an toàn.

Run rẩy, Ofelia ngồi xuống giường để cho chân không chạm xuống sàn nhà, và lắng nghe. Khi Nàng Tiên đậu lên vai cô, hơi ấm từ cơ thể nhỏ nhoi của nó vừa đem lại niềm an ủi vừa như một lời buộc tội. Xét cho cùng, sự thất bại của Ofelia đã giết chết các chị em của nó.

Một cú dộng tàn bạo cuối cùng tới từ phía bên dưới.

Và rồi... cuối cùng... lặng yên.

21

KHÔNG CÓ LỰA CHỌN

Ngày vừa mới chớm bắt đầu khi Pedro đưa Mercedes và bác sĩ Ferreira trở về khoảng rừng trống gần con suối nơi anh đã đón họ. Trông anh hoàn toàn tự tin trong ánh nắng ban mai rọi trên gương mặt và bầu không khí tươi mát cùng với lời hứa về những khởi đầu mới.

"Chúng ta sẽ sớm có thêm quân tiếp viện từ Jaca(1)! Năm mươi người hoặc hơn." Trong giọng của anh không hề có vẻ hồ nghi hay sợ hãi nào, bất chấp nỗi thống khổ mà tất cả bọn họ đã chứng kiến đêm qua trên gương mặt của Frenchie. "Ngay khi họ tới, chúng ta sẽ đối đầu với Vidal."

Ferreira đã từng nhìn thấy cảnh này: sự nhiệt huyết mà một ngày mới có thể đem tới dù là sau cái đêm đen tối nhất. Đôi khi nó đủ mạnh để duy trì, nhưng đa phần là sẽ lụi tàn khi trời chuyển chạng vạng.

(1) Một thành phố nằm tại Đông Bắc Tây Ban Nha, gần biên giới với Pháp.

Bản thân Ferreira vẫn chưa hồi phục sau vụ lấy đi cẳng chân của Frenchie. Toàn bộ nỗi đau đó, sự thống khổ của người bị thương và các đồng chí của ông, sự bất lực của chính bản thân vị bác sĩ...

"Đối đầu rồi sao nữa?" Ông không thể ngăn mình đặt câu hỏi. "Các cậu sẽ giết Vidal và rồi bọn chúng lại cử một tên khác giống hệt như hắn đến. Rồi sau đó lại một tên khác nữa..."

Trong cuộc đời mình, Ferreira đã chứng kiến quá nhiều hi vọng bị sụp đổ. Có thật sự là ông mới chỉ sống được bốn mươi tám năm không? Ông thấy mình như đã cả nghìn tuổi rồi, và ông thấy mệt mỏi bởi những chàng trai trẻ thích tranh đấu này, dù cho họ làm điều đó ở phe chính nghĩa.

Pedro chẳng buồn trả lời câu hỏi của ông. Em trai Mercedes chỉ nhìn ông, với gương mặt tươi trẻ của mình. Anh nhìn thấy điều gì? Có lẽ chỉ là một ông già buồn bã.

"Các cậu không thể thắng được đâu!" Ferreira nạt. "Các cậu không có đủ súng ống, không có nơi trú ẩn an toàn! Tất cả rồi sẽ có kết cục như Frenchie thôi. Hoặc tồi tệ hơn." Ông quỳ xuống bên bờ suối để rửa sạch máu khỏi cưa và dao mổ của mình. Chắc chắn chẳng mấy nữa mà ông lại sẽ phải cần đến những dụng cụ này. Dòng nước lạnh ồ ạt chảy qua hai tay ông. Lạnh lẽo như thế giới này vậy.

"Các cậu không cần thêm người," ông nói. "Những người mà các cậu đang có cần đồ ăn! Và thuốc thang!"

Pedro vẫn chưa nói một lời nào. Phía sau họ, quân nổi dậy đang thu nhặt củi và bất cứ thứ gì khác mà khu rừng có thể cung cấp cho họ.

"Mỹ, Nga, Anh... tất cả bọn họ sẽ giúp chúng tôi," cuối cùng anh cũng lên tiếng. "Khi đã chiến thắng cuộc chiến vĩ đại chống lại phát xít Đức, họ sẽ giúp chúng tôi đánh bại lũ phát xít ở Tây Ban Nha này. Franco ủng hộ Hitler, nhưng chúng tôi ủng hộ quân Đồng minh. Nhiều người trong chúng tôi đã hi sinh để phục vụ kháng chiến; chúng tôi đã phá hoại ngầm các mỏ vonfram ở Galicia mà quân Đức cần để duy trì hoạt động của các nhà máy sản xuất vũ khí của chúng... ông cho rằng quân Đồng minh sẽ quên điều đó sao?"

Ferreira đứng thẳng dậy rồi cho đồ nghề vào lại trong túi. Phải, họ *sẽ* quên. Ông cảm thấy thật mệt mỏi và giận dữ. Có lẽ sự tức giận của ông đa phần là do mệt mỏi và mất hi vọng. *Và đừng quên nỗi sợ hãi,* ông tự nhủ. Sợ hãi rằng chính nghĩa sẽ không bao giờ chiến thắng – rằng họ chỉ có thể cản bước cái ác được trong một thời gian.

"Còn Mercedes thì sao?" Không, dù cho có cảm thấy khó chịu với giọng nói của chính mình, ông cũng không thể bỏ qua việc này được. "Nếu thật sự yêu thương chị mình, cậu sẽ cùng cô ấy vượt qua biên giới. Đây là một cuộc chiến bại!"

Pedro cúi đầu, như thể đang lắng nghe trái tim mình để xem liệu một phần trong đó có đồng tình hay không. Sau đó anh lại nhìn Ferreira.

"Tôi sẽ ở lại đây, bác sĩ ạ," anh nói. "Không có lựa chọn nào khác."

Giọng anh cũng cương quyết như nét mặt của anh vậy. Không một gợn hồ nghi hay sợ sệt.

Khi còn trẻ, chúng ta thấy mình bất tử. Hay có lẽ chỉ đơn giản là chúng ta vẫn chưa quan tâm đến cái chết nhiều đến vậy?

Khi Pedro rời đi để tìm chị gái mình, Ferreira dõi mắt theo chàng du kích trẻ tuổi. Ông đã từng bao giờ giống như vậy chưa? Ông tự hỏi. Chưa. Hoặc có thể là rồi. Khi ông vẫn còn là một cậu nhóc và thế giới chỉ có đen và trắng, chỉ có tốt và xấu. Từ bao giờ mà thế giới lại trở nên kém đơn giản đi vậy? Hay đó chỉ là nhận thức từ trái tim mệt mỏi của ông thôi?

Mercedes đang nhặt quả mọng trong lúc em trai chị nói chuyện với Ferreira. Khu rừng ban tặng những người coi trọng nó vô vàn món quà. Rừng cây chưa từng khiến Mercedes sợ hãi, kể cả khi chị còn rất nhỏ và mẹ chị đã cố gắng khiến chị sợ nó bằng cách kể cho chị nghe câu chuyện về những cái cây biết cử động, người cá, và phù thuỷ. Đối với chị, rừng luôn đồng nghĩa với nơi trú ẩn, thực phẩm, và sự sống... chị không hề ngạc nhiên rằng giờ đây, nó lại bảo vệ em trai mình. Lúc này, Pedro trông thật trưởng thành. Cứ như thể anh mới là người lớn hơn vậy. Có lẽ bây giờ anh đúng là như vậy, Mercedes thầm nghĩ, khi thấy Pedro bước về phía mình.

"Chị, chị phải về đi thôi."

Anh đặt hai bàn tay lên vai chị. Cử chỉ này để lộ những cảm xúc mà giọng nói anh đã che giấu. Mercedes thọc tay vào trong túi rồi đưa cho anh chiếc chìa khoá của kho thóc. Chị đã đánh cắp nó vào ngày hôm trước từ ngăn kéo của tên *capitán* trong lúc lau dọn phòng cho hắn.

"Cứ đợi thêm vài ngày đã," chị cảnh báo. "Nếu bây giờ em tấn công kho thóc ngay, thì đó chính xác là điều mà hắn mong chờ."

Em trai chị cầm lấy chiếc chìa khoá với nụ cười đắc thắng. Trong một thoáng, trông anh chẳng có vẻ gì là đã trưởng thành, mà giống cậu bé hăm hở Mercedes vẫn còn nhớ rất rõ. "Đừng lo. Cứ để đó cho em. Em sẽ cẩn thận." Anh quàng một tay quanh vai chị rồi hôn lên má chị.

Cẩn thận. Nó chẳng bao giờ cẩn thận cả. Nó không biết ý nghĩa của từ đó. Mercedes nắm lấy bàn tay anh, cố gắng kéo dài khoảnh khắc quý giá. Đó là điều đã nuôi sống tất cả bọn họ: đánh cắp những khoảnh khắc.

"Chị là một kẻ hèn nhát," chị thì thầm.

Vẻ ngạc nhiên trên gương mặt của Pedro gần như đã khiến chị mỉm cười.

"Không, không phải như thế!"

"Phải đấy. Một kẻ hèn nhát... vì đã sống cạnh cái con quái thú đội lốt người ấy, giặt giũ cho hắn, dọn giường cho hắn, nấu ăn cho hắn... Nếu bác sĩ nói đúng và chúng ta không thể chiến thắng thì sao?"

Pedro khựng lại. Cuối cùng, anh gật đầu, như để thừa nhận khả năng đó.

"Vậy thì ít nhất chúng ta cũng sẽ khiến mọi việc khó khăn hơn cho cái thằng chó đẻ xấu xa đó," anh đáp.

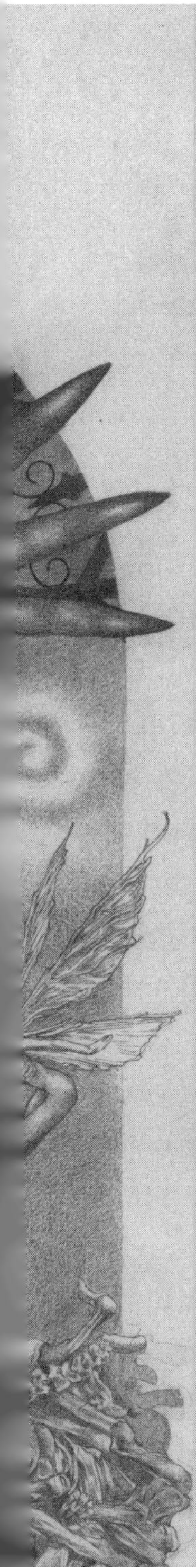

DAO CẠO VÀ DAO BẾP

Tại một túp lều trong khu rừng già, có một người đàn bà tên Rocio từng sống, cư dân những ngôi làng xung quanh đó gọi bà là phù thuỷ. Bà có một cậu con trai và một cô con gái với gã đàn ông mà bà đã rời bỏ sau khi hắn ta dùng thắt lưng quất bọn trẻ.

"Mẹ có thể sẽ sớm phải rời xa các con," bà nói với chúng chỉ vài ngày sau khi đứa con trai vừa mới kỉ niệm lần sinh nhật thứ mười hai còn cô con gái thì hai tháng nữa là sang tuổi mười một. "Đêm qua mẹ đã thấy cái chết của mình trong những giấc mơ. Mẹ không sợ phải tới Vương quốc Lòng đất, nhưng mẹ lo rằng có lẽ các con vẫn còn quá nhỏ để tự mình đương đầu với thế giới này. Vì vậy mẹ sẽ trao cho cả hai con những món quà giúp các con được an toàn trong trường hợp giấc mơ của mẹ trở thành hiện thực."

Hai đứa trẻ nhìn nhau vẻ hoảng hốt. Những giấc mơ của mẹ chúng lúc nào cũng thành sự thật.

Rocio cầm lấy tay con gái và khum những ngón tay của cô bé quanh cái chuôi gỗ nhẵn mịn của một con dao bếp nhỏ.

"Lưỡi dao này sẽ bảo vệ con khỏi mọi tai hoạ, Luisa ạ," bà phù thuỷ nói. "Và nó còn làm được nhiều hơn thế. Con dao này cắt xuyên qua mặt nạ của đám đàn ông và để lộ bộ mặt thật mà chúng thường cố tình giấu đi."

Luisa phải kiềm chế không khóc, vì em yêu mẹ mình rất nhiều, nhưng em vẫn cầm lấy con dao và giấu nó trong những nếp gấp trên tạp dề của mình.

"Còn con, Miguel, mẹ có một loại lưỡi dao khác," bà phù thuỷ nói với con trai mình, khum những ngón tay của cậu bé quanh cái chuôi bạc của một lưỡi dao cạo. "Thứ này sẽ có ích cho con cũng như con dao bếp sẽ giúp ích cho em gái con. Lưỡi dao sắc lẹm của nó sẽ bảo vệ con khỏi mọi hiểm hoạ, và khi con đủ lớn để cạo râu, chiếc dao cạo này sẽ không chỉ loại bỏ râu mọc lởm chởm trên cằm con, mà còn giúp con quên đi những kí ức đau buồn. Mỗi lần sử dụng, nó sẽ khiến trái tim con có cảm giác thật trẻ trung như một gương mặt vừa mới được cạo nhẵn. Nhưng phải cẩn thận. Có một vài kí ức mà chúng ta cần phải giữ, dù cho chúng cứa sâu hoắm. Vì vậy hãy sử dụng món quà của mẹ một cách khôn ngoan, con trai ạ, và đừng quá thường xuyên."

Ngày hôm sau, Rocio không quay trở về từ khoảnh rừng nơi bà hằng ngày thu lượm thảo dược tươi. Chỉ đến sáng ngày kế tiếp, hai đứa con bà mới được biết rằng một nhà quý tộc đã ra lệnh cho binh lính của mình dìm chết bà trong cái ao của nhà máy xay, nơi bà vẫn thường đưa chúng tới để hỏi làn nước về quá khứ và tương lai.

Biết rằng con cái của phù thuỷ hiếm khi được để cho sống, Luisa và Miguel vội vã gói ghém chỗ tài sản nhỏ nhặt của mình rồi rời khỏi túp lều mà chúng gọi là nhà. Chúng tìm thấy một cái hang ở phía bên kia khu rừng, cách một khoảng an toàn với nhà máy xay nơi mẹ chúng đã qua đời. Nó cho chúng nơi trú ẩn khỏi mưa gió và bộ răng sắc nhọn của màn đêm, còn hai con dao mang lại cho chúng thức ăn và thậm chí còn bảo vệ chúng khỏi Quỷ Nhợt Nhạt khi vào một ngày, gã lang thang trong khu rừng gần vị trí hang động.

Không khí đã thoảng mùi tuyết khi một người nông dân đi săn thỏ trong rừng tìm thấy chúng. Vì ông và vợ không thể có con, ông đã đưa chúng về nhà mà không hỏi xem chúng từ đâu đến, rồi cặp đôi không có con này yêu thương và nuôi nấng chúng như con của chính mình. Khi lớn lên, Luisa trở thành một cô giúp việc trong nhà bếp, còn Miguel học làm thợ cắt tóc, và hai lưỡi dao mà mẹ họ đã trao tiếp tục nuôi dưỡng và bảo vệ họ.

Luisa và Miguel trân trọng món quà của mẹ mình suốt cuộc đời, và nhiều năm sau đó, khi họ truyền lại những món quà này cho con cái mình, cả con dao bếp và lưỡi dao cạo vẫn còn sắc và sáng loáng như khi Rocio lần đầu đặt chúng vào tay những đứa con. Vì cả hai đều chỉ có con gái nên chiếc dao cạo được truyền cho con rể của Miguel, một kẻ có trái tim tăm tối và tàn nhẫn.

Một ngày nọ, trong cơn thịnh nộ bộc phát, hắn ép lưỡi dao vào cổ họng vợ mình. Con dao cạo không chịu tuân lệnh mà thay vào đó lại cứa đứt tay hắn, nhưng kể từ ngày hôm đó, thay vì loại bỏ những kí ức đau buồn, lưỡi dao cạo lại lôi chúng trở về với những người đàn ông sử dụng nó, và đầu độc họ bằng bóng tối của chính họ.

22

NHỮNG VƯƠNG QUỐC CỦA CÁI CHẾT VÀ TÌNH YÊU

Dạo này Vidal ngủ không ngon, và trong lúc đang dùng dao cạo lên lớp da vừa mới được rửa sạch của mình, hắn chợt thấy bản thân đang hi vọng rằng lưỡi dao sẽ có thể giúp hắn loại bỏ cả những gốc râu tối màu lởm chởm và những giấc mơ đầy lo âu vẫn đang lẩn quất trong bóng tối mà buổi sáng vẽ nên trong căn phòng bụi bặm.

Kem cạo râu khiến cho nước biến thành màu trắng như sữa khi lưỡi dao được rửa. Tại sao nó lại khiến hắn nghĩ đến đứa con trai chưa ra đời và người vợ đang chảy máu nhỉ? Bên cạnh cái chậu là chiếc đồng hồ bỏ túi đang tích tắc đếm thời gian sống của hắn. *Cái chết!* Mặt đồng hồ bằng bạc dường như đang cảnh báo. Có lẽ cái chết là thứ tình yêu duy nhất tồn tại trong trái tim Vidal. Sự lãng mạn vĩ đại nhất của hắn. Chẳng gì có thể so sánh được với nó. Thật to lớn, thật tuyệt đối, sự ca tụng bóng tối, ca tụng việc cuối cùng cũng phải hoàn toàn khuất phục. Tuy nhiên, kể cả trong cái chết đương nhiên vẫn có nỗi sợ bị thất bại, bị phai nhạt đi mà không ai để ý đến, không chút thanh danh, mặt ngập trong bùn đất – hay tồi tệ hơn, kết thúc như mẹ của hắn, trên giường, cơ thể bị bệnh tật gặm nhấm dần. Đàn bà chết như thế. Không phải đàn ông.

Vidal nhìn đăm đăm vào hình ảnh phản chiếu của mình. Đám kem cạo râu còn sót lại khiến da thịt hắn trông như thể bị thối rữa. Hắn giơ con dao cạo lên sát mặt kính đến nỗi lưỡi dao dường như đang cứa cổ hắn. Trong mắt hắn có nỗi sợ hay không?

Không.

Hắn bất ngờ thả rơi tay xuống, khoác lên tấm mặt nạ tự tin đã trở thành gương mặt thứ hai của mình, tàn nhẫn, kiên quyết. Tử Thần là một tình nhân đáng sợ và cách duy nhất để vượt qua nỗi sợ đó, là trở thành đao phủ của Nàng.

Có lẽ Vidal đứng một mình trước gương, ve vãn Nàng bằng con dao cạo của mình, cảm nhận được rằng Tử Thần đã đến nhà máy xay. Có lẽ hắn nghe thấy những bước chân lặng lẽ của Nàng trên cầu thang tới căn phòng nơi người vợ mang bầu của mình đang lăn lộn không ngừng trên lớp chăn nệm ướt sũng mồ hôi.

Ofelia cũng nghe thấy tiếng bước chân của Tử Thần. Cô bé đang đứng bên giường của mẹ mình, vuốt ve gương mặt bà. Nó nóng rẫy như thể sự sống đang bị thiêu thành tro bụi bên trong bà. Liệu có phải đứa em trai chưa ra đời của cô cũng thấy sợ hãi không? Ofelia đặt tay lên đường cong mà cơ thể nhỏ xíu của nó tạo ra bên dưới lớp chăn. Liệu nó có cảm nhận thấy hơi nóng từ cơn sốt của mẹ trên gương mặt bé xíu đó không? Ofelia cảm thấy mệt mỏi vì phải giận dữ với cậu bé. Chính nơi này đã khiến mẹ cô bị ốm, chứ không phải là em bé – và kẻ duy nhất có lỗi là Sói. Thật ra, cô phát hiện thấy rằng mình đang mong mỏi có em trai để được bầu bạn, để được ôm ấp và chăm sóc em giống như cô gái được khắc trên cây cột trong mê cung chăm sóc đứa bé trên tay mình. Đôi khi chúng ta cần phải nhìn thấy những gì mình cảm nhận để có thể hiểu rõ về nó.

Ofelia đã tới phòng của mẹ mình để làm theo những gì Thần Nông nói với cô. Cô mang tới một bát sữa và cây khoai ma mà thần đã cho, mặc dù khúc rễ vẫn khiến cô ghê rợn. Nó bắt đầu cựa quậy ngay khoảnh khắc chạm được vào sữa, vươn dài chân tay nhợt nhạt của mình như một đứa bé sơ sinh. Tay và chân của nó cũng bụ bẫm hệt như tay chân em bé; đến cả những tiếng động mà nó gây ra cũng na ná tiếng kêu khóc nghẹn ngào của trẻ sơ sinh. Và khi mẹ của Ofelia rên rỉ trên giường, khúc cây khoai ma xoay mình như một đứa trẻ về phía âm thanh đó, như thể đang lắng nghe để tìm giọng nói của mẹ mình.

Ofelia đã phải mỉm cười dù vẫn cảm thấy ghê rợn. Nó cứ liên tục ré lên khe khẽ khi cô mang cái bát đến bên giường. Để đặt được cái bát xuống bên dưới mà không làm sánh sữa ra thật chẳng dễ dàng gì. Ofelia phải bò xuống dưới gầm giường để đẩy cái bát ra khỏi tầm nhìn, và trong một thoáng, cô đã lo lắng rằng cây khoai ma sẽ đánh thức mẹ mình dậy khi nó bắt đầu khóc như một em bé. Một đứa bé đang đói. Đương nhiên rồi! Ofelia cắn ngón tay của mình rồi ép vào nó cho đến khi hai giọt máu rỉ xuống bát sữa. Chỉ đến khi đó, trong lúc nằm bên dưới gầm giường, cô mới nghe thấy tiếng bước chân.

Có ai đó bước vào và đứng bên cạnh giường mẹ cô. Ofelia nhẹ cả người khi nhận ra đôi giày của bác sĩ Ferreira.

Nhưng Ferreira không chỉ đến một mình.

"*Capitán*!" Ofelia nghe thấy ông nói. "Nhiệt độ của bà ấy đã hạ xuống rồi! Tôi không biết làm cách nào, nhưng đúng là như vậy."

Ferreira thấy vô cùng nhẹ nhõm. Kể từ khi cô bé phát hiện ra mẹ mình bị chảy máu, ông đã lo rằng cô sẽ sớm trở thành trẻ mồ côi và rằng họ sẽ để mất cả đứa em trai chưa ra đời của cô. Ferreira đã cố gắng hết sức để Ofelia không nhận ra những lo lắng này, nhưng ông đã nhìn thấy nỗi sợ trong đôi mắt cô, đôi mắt tối màu giống như người mẹ. Và ông biết rằng mình sẽ không thể bảo vệ cô bé khỏi gã đàn ông đang đứng bên cạnh mình, nếu mẹ cô mất đi. Cô bé đang nằm bên dưới giường của mẹ mình, tim đập thình thịch...

"Rồi sao? Cô ta vẫn sốt." Ofelia chẳng hề thấy sự nhẹ nhõm hay lo lắng trong giọng của Sói. Hay là sự yêu thương.

"Vâng, nhưng đó là một dấu hiệu tốt," cô nghe thấy ông bác sĩ trả lời. "Cơ thể bà ấy đang phản ứng với phép điều trị của tôi."

Ofelia cảm thấy mẹ mình đang cử động trong giấc ngủ ở phía trên.

"Nghe ta nói đây, Ferreira..." Giọng của Sói thật lạnh lẽo. "Nếu ông phải lựa chọn, hãy cứu lấy đứa bé. Hiểu không?"

Ofelia không thể thở nổi. Trái tim cô đang gào thét. Từng lời Sói thốt ra đều là một cái tát lên khuôn mặt đang phừng phừng sốt của mẹ cô.

"Thằng bé," hắn nói tiếp, "sẽ mang tên của ta. Và tên của cha ta. Cứu lấy nó. Nếu nó..."

Một tiếng nổ đột ngột khiến hắn im bặt. Ofelia chắc chắn rằng nó phát ra từ khu rừng. Tử Thần không chỉ có mặt trong nhà máy xay.

* * *

Khi Vidal lập bập chạy ra khỏi ngôi nhà, hắn thấy binh lính của mình đang tập trung lại trong sân. Một quả cầu lửa đang dâng lên từ vòm cây, vẽ những vệt khói xám lên bầu trời.

Ofelia nghe thấy hai tiếng nổ nữa khi bò ra từ dưới gầm giường. Cô chẳng quan tâm. Gương mặt mẹ cô lần đầu tiên mang vẻ bình yên kể từ khi bộ váy ngủ của bà đẫm đìa máu, và Ofelia dịu dàng áp tai vào cái bụng bầu của mẹ.

"Em trai!" Cô thì thầm. "Em trai bé nhỏ, nếu em có thể nghe thấy tiếng chị, cuộc sống ở ngoài này không tốt lắm đâu. Nhưng em sẽ phải sớm ra khỏi đó thôi."

Cô đã quá mệt mỏi với những giọt nước mắt, nhưng dù vậy chúng vẫn đầy ngập trong mắt cô.

"Em đã làm *Mamá* bệnh lắm đó."

Nếu ông phải lựa chọn, hãy cứu lấy đứa bé. Những từ ngữ của Sói khiến cơn giận của cô lại bùng lên, nhưng Ofelia không muốn như thế. Kể từ giờ sẽ là ba người bọn họ chống lại hắn. Mẹ, chị gái, em trai. Phải là như vậy.

"Chị muốn nhờ em một việc!" Cô cầu xin. "Vào lúc em ra đời. Chỉ một đề nghị thôi. Làm ơn đừng làm mẹ đau."

Những giọt nước mắt của Ofelia tạo thành những vết ẩm trên chăn của mẹ mình, như thể toàn bộ những buồn bã và sợ hãi mà cô cảm thấy đã hoá thành chất lỏng vậy. "Rồi khi nào gặp mẹ, em sẽ thấy," cô thủ thỉ. "*Mamá* rất đẹp, dù cho thỉnh thoảng mẹ sẽ buồn bã nhiều ngày trời. Và khi mẹ cười... chị biết em sẽ yêu mẹ. Chắc chắn là như vậy!"

Chẳng có lời hồi đáp, nhưng Ofelia tin rằng mình đã nghe thấy tiếng trái tim cậu em trai đập bên dưới lớp da của mẹ.

"Nghe này!" Cô dồn vào những từ ngữ của mình toàn bộ sức nặng mà một lời hứa trang trọng cần đến. "Nếu em làm theo những gì chị nói, chị sẽ đưa em đến vương quốc của chị và phong cho em làm hoàng tử. Chị hứa đó! Một hoàng tử."

Bên dưới gầm giường, cây khoai ma thét lên một tiếng khe khẽ.

23

CÁCH DUY NHẤT ĐỂ CHẾT TRONG DANH DỰ

Quân nổi dậy đã cho nổ tung đường ray tàu chạy lên đồi và một trong những đoàn tàu vận chuyển đồ dự trữ cho quân đội tới một đồn bốt gần đó. Đầu máy bị mắc trong những thanh sắt nóng chảy, hai bên hông tàu bằng kim loại phủ toàn tro và đất cát mà con tàu đã tự mình đâm vào khi chệch ra khỏi đường ray.

"Tôi đã kéo còi, nhưng chúng không chịu di chuyển!"

Viên kĩ sư đang thiết tha muốn thuyết phục mọi người rằng đó không phải là lỗi của mình. Y lập bập chạy theo khi Vidal cùng với Serrano bước qua những toa tàu bị hỏng.

"Tôi đã cố gắng dừng lại! Tôi xin thề! Nhưng đã quá muộn."

Đồ ngu. Chỉ những kẻ có tội mới nói nhanh như thế. Vidal muốn đẩy y xuống dưới con tàu vỡ nát hoặc thụi vào người y cho đến khi y cũng bất động như cái đầu máy của mình. Nhưng gã ngốc vẫn cứ liên tục tuôn ra những lời bào chữa hết hơi của mình.

"Nhân viên cứu hoả và tôi đã nhảy ra ngoài vừa kịp lúc, nhưng hãy nhìn cái mớ hỗn độn mà chúng gây ra đi!"

Vidal dõi mắt theo đường ray bị nổ tung, đoàn tàu bị nổ tung. Vỡ nát. Hỗn độn. Đó chính là điều mà lũ khốn trong rừng muốn. Sự hỗn loạn. Hắn dừng lại trước một toa xe dường như vẫn còn khá nguyên vẹn.

"Chúng đã lấy cắp những gì?" Hắn hỏi một trong những người giám sát việc vận chuyển.

"Không gì cả, thưa *Capitán*. Chúng chẳng hề mở lấy một toa xe nào." Người đàn ông gạt bồ hóng dính trên mặt mình đi. Y bình tĩnh hơn gã kĩ sư nhiều. Y đang chuyển đến tin tốt.

"Ngươi đang nói cái quái gì vậy?"

"Cái đống hỗn độn này... Chúng chẳng hề mở bất kì toa hàng nào. Chúng không lấy gì cả. Chỉ có Chúa mới biết chúng muốn gì. Ngoài việc làm mất thời gian của chúng ta."

Vidal quan sát đám binh lính của mình túm tụm quanh đoàn tàu vỡ nát như kiến bu quanh cái tổ vừa bị giẫm đạp. *Làm mất thời gian của chúng ta.* Những từ ngữ đó ngân lên đầy dối trá trong đầu hắn. Không. Đám phản loạn sẽ không sử dụng số chất nổ quý giá đó chỉ để chọc tức hắn. Hay là có nhỉ? Câu trả lời vang vọng qua cánh rừng trước khi hắn kịp nghĩ xong.

Thêm một vụ nổ nữa khiến tất cả bọn chúng quay người lại. Một quả cầu lửa khác dâng lên từ đám cây và không có gì phải nghi ngờ về hướng mà nó phát ra.

Bị lừa rồi! Tất cả chỉ là một trò bịp, để đánh lạc hướng! Nhưng giờ thì là chiến tranh rồi.

* * *

Cuộc chiến vẫn đang tiếp diễn khi chúng về tới nhà máy xay - những vụ nổ đã xé nát đám xe jeep, xe tải, và lều trại của binh lính, những thi thể đầm đìa máu nằm sóng soài khắp nơi trong sân. Vidal suýt nữa thì không nhận ra Garces đang xuất hiện từ đám khói, cả người đầy máu và bồ hóng.

"Chúng không hiểu từ đâu chui ra, thưa *Capitán*!"

Vidal đẩy gã sang một bên.

Mưa như trút nước, như thể bầu trời đang hợp sức với lũ súc vật phản loạn vậy. Phải, từ giờ trở đi hắn sẽ gọi bọn chúng như vậy. Lũ súc vật trong rừng. Mưa hoà lẫn với khói khiến cho khó mà thấy được các đợt tấn công đến từ hướng nào, nhưng Vidal vẫn không tháo kính râm ra. Hình phản chiếu của chính bản thân trong hai tròng kính tối màu - đó là tất cả những gì hắn muốn người của mình nhìn thấy cho tới khi hắn kiểm soát lại được cảm xúc. Lớp mặt nạ của hắn đang trượt xuống và đôi mắt là thứ đầu tiên sẽ để lộ sự căm tức và nỗi sợ ẩn giấu sau đó.

Chúng đã bị lừa như một lũ thỏ bị cáo cho vào tròng, thiết bị của hắn, người của hắn, tất cả đã trở thành một đống rác hỗn độn ướt đẫm nước mưa. Vidal có thể nghe thấy tiếng khu rừng đang cười nhạo hắn, khu rừng và lũ hèn nhát đang lẩn trốn dưới đám cây.

"Chúng có lựu đạn, thưa *Capitán*!" Đôi mắt Garces mở to đầy sợ hãi. "Chúng tôi đã không thể làm được gì." Các binh sĩ đều biết rằng tên *capitán* của chúng sẽ tìm ra một kẻ nào đó để đổ tội và để đổ máu cho chuyện này.

Chỉ đến giờ Vidal mới để ý thấy rằng cửa kho thóc đang mở tung.

Suýt chút nữa thì hắn đã bóp nát cái kính râm khi tháo nó ra bằng bàn tay đeo găng. Garces không dám theo hắn vào trong kho thóc. Đồ dự trữ, thuốc thang... đám quân nổi dậy đã lấy đi mọi thứ, kể cả thuốc lá của hắn. Tuy nhiên, cánh cửa lại vẫn còn nguyên vẹn. Không có vết tích bị phá nổ. Vidal xem xét ổ khoá. Không có dấu hiệu bị đột nhập bằng vũ lực.

"*Capitán*!" Serrano chạy đến bên hắn. Gương mặt gã không thể che giấu sự nhẹ nhõm vì Garces - chứ không phải gã - là người chịu trách nhiệm canh gác nhà máy xay vào sáng hôm nay. "Chúng tôi đã bao vây một nhóm nhỏ. Chúng ẩn náu trên đồi."

Trên đồi. Tốt. Điều đó sẽ khiến lũ súc vật trở thành những con thỏ yếu ớt. Vidal dựng thẳng mũ trên bộ tóc ướt rượt của mình. Phải. Lần này hắn sẽ không để cho họ chạy thoát.

* * *

Nơi mà chúng chạy lên cũng chẳng đến mức được gọi là một ngọn đồi. Vài tảng đá trên đỉnh là chỗ che chắn duy nhất mà quân nổi dậy có.

Vidal đích thân dẫn đầu cuộc tấn công, vừa bắn vừa chạy từ cây này sang cây khác. Lần này hắn sẽ giết họ trước khi khu rừng lại kịp che giấu cho họ. Như mọi lần, khi tham chiến, hắn sẽ cầm cái đồng hồ bỏ túi trong tay trái. Đó là bùa may mắn của hắn, mặt đồng hồ bị vỡ ép vào lòng bàn tay, tiếng tích tắc của nó thúc giục hắn tiến lên. Đôi khi, nghe như một lời thì thầm bằng kim loại: *Thôi nào, Vidal. Ta đã chứng kiến cái chết của cha ngươi. Ta muốn thấy cái chết của ngươi. Ngươi còn bắt ta đợi bao lâu nữa?*

Hắn ra lệnh cho binh lính tấn công vị trí của quân nổi dậy từ mọi hướng. Vỏ cây rơi lả tả xung quanh chúng trong làn đạn ngang dọc, nhưng hắn biết kẻ địch sẽ sớm hết đạn. Có lẽ có khoảng một tá người, có khi còn ít hơn. Họ đã bị áp đảo một cách vô vọng.

Cuộc đi săn lần này không được ngon lành như mọi khi. Vidal đã để cho bản thân bị con mồi lừa phỉnh. Không sự trả thù nào có thể xoá đi mối nhục đó. Nhưng ít nhất hắn cũng có thể đảm bảo rằng sẽ không kẻ nào sống sót để kể lại câu chuyện này. Hắn trốn sau một thân cây để nạp đạn vào khẩu súng lục của mình. Serrano thì náu mình sau cái cây phía bên trái hắn.

“Lên trước đi, Serrano!” Vidal vừa hét vừa bước ra để bắn thêm vài phát. “Không cần phải sợ, đây là cách đúng đắn duy nhất để chết đấy!”

Hắn lại nấp rồi hít thật sâu trong lúc thả chiếc đồng hồ vào trong túi áo. Nó vẫn bảo vệ hắn. Rõ ràng là thời khắc lìa đời của hắn vẫn chưa đến. Thêm vài nhát súng, đạn sượt qua người hắn chỉ cách một phân, trong khi binh lính của hắn đang hò hét xung quanh rồi ngã ngửa, đôi mắt vô hồn nhìn chằm chằm lên những cành cây và màn mưa rơi không chút thương xót. Lùi lại đằng sau một thân cây khác để nạp đạn mới vào khẩu súng lục, và một lần nữa xông ra giữa cơn mưa kim loại, lao lên đồi, xua con mồi ra khỏi chỗ nấp đằng sau những tảng đá, bắt họ phải hối hận vì đã dám lừa phỉnh hắn.

Vidal ẩn mình lần cuối. Nước mưa nhỏ giọt từ đỉnh mũ vào trong hai mắt hắn. Xác người chết vươn dài chân tay qua những tảng đá hệt như các bộ rễ nhợt nhạt bị giật tung ra khỏi mặt đất. Chỉ còn hai kẻ nổi dậy là vẫn đang chiến đấu, nhưng khi Vidal ra lệnh cho một đợt tấn công nữa, họ gục xuống với những tiếng hét bị bóp nghẹt, cơ thể bị trúng vài viên đạn.

Ôi, sự câm lặng của Tử Thần. Chẳng có thứ gì sánh được với điều này. Vidal thường ước gì mình có thể ghi âm lại và lắng nghe trong lúc cạo râu. Sự câm lặng chỉ bị khuấy động bởi âm thanh của mưa trút xuống qua những tán cây và rơi lên những thân thể vô hồn, làm ướt quần áo cho tới khi chúng dường như tan chảy vào mặt đất.

Vidal leo lên dải đất đồi trên cùng, theo sau là những binh sĩ sống sót qua cuộc tấn công. Tổn thất của chúng chẳng là gì so với quân nổi dậy. Người đầu tiên mà Vidal dừng lại bên cạnh không nhúc nhích. Tuy nhiên, để đảm bảo là người đó đã chết hẳn, hắn vẫn bắn hai phát vào gương mặt câm lặng. Cảm giác thật tuyệt. Mỗi phát bắn lại trung hoà một ít độc tố mà nỗi tủi hổ khi bị lừa để lại trong máu hắn. Nhưng hắn cần phải tìm thấy một kẻ vẫn còn có thể nói được.

Serrano, như mọi khi, chạy tới như một con chó được huấn luyện kĩ càng khi Vidal gọi gã đến bên cạnh. Chúng phát hiện ra thêm hai kẻ thù của mình đang nằm giữa những tảng đá trên đỉnh đồi. Họ chỉ là những cậu bé, có lẽ tầm mười lăm tuổi. Một đứa đã chết, nhưng đứa thứ hai vẫn còn cử động. Cậu ta đang ấn bàn tay phải vào vết thương do đạn bắn trên cổ, khẩu súng lục nằm bên cạnh. Vidal đá khẩu súng đi.

"Để ta xem nào," hắn kéo bàn tay đẫm máu của cậu bé ra khỏi vết thương. Hắn nói ra câu đó một cách gần như là dịu dàng. Vidal ưa thích việc tỏ ra điềm tĩnh với con mồi của mình.

Cậu bé vẫn còn chút ý chí chiến đấu trong mình, nhưng việc kéo bàn tay cậu ra khỏi viết thương là một nhiệm vụ dễ dàng. Cậu không còn nhiều sức lực, và chắc chắn là không còn nhiều sự sống. Cổ họng bê bết máu.

"Mày nói được không?"

Cậu bé há miệng hớp lấy không khí, nhìn đăm đăm lên những đám mây đang xả mưa xuống đầy trên gương mặt mình.

"Khỉ thật." Vidal đứng dậy rồi rút súng ra.

Khi hắn chỉ vào đầu cậu bé, tên ngớ ngẩn này đã vươn bàn tay dính máu của mình lên để gạt họng súng sang một bên, đôi mắt đang nhoà dần chứa đầy vẻ thách thức, thậm chí là chế nhạo. Vidal giật khẩu súng ra khỏi bàn tay cậu rồi lại nhắm bắn. Lần này cậu bé ấn tay lên họng súng, nhưng viên đạn đã dễ dàng xuyên qua xương thịt cậu. Vidal găm thêm một viên nữa vào cái đầu nổi loạn của cậu.

"Lũ này thật vô dụng. Không đứa nào nói được cả." Vidal phẩy tay về phía những cái xác nằm kín trên mặt đất xung quanh. "Bắn hết chúng nó đi."

Serrano quan sát chỉ huy của mình giết cậu bé với vẻ bứt rứt. Vidal ngờ rằng Serrano đôi khi tưởng tượng ra đầu của chính mình đặt dưới họng súng lục *capitán* của gã. Garces chắc chắn không có những suy nghĩ đó. Gã làm việc theo chỉ thị.

"*Capitán*!" Gã gọi. "Tên này vẫn còn sống. Chỉ có một chân bị thương thôi."

Vidal bước tới bên cạnh gã. Chỉ một cái nhìn vào tên nổi dậy bị thương là đủ để khiến hắn mỉm cười.

"Được, thằng này được đấy."

24

TIN TỐT, TIN XẤU

Thông thường, binh lính sẽ im lặng sau khi thua trận. Nhưng quân của Vidal lại hò hét và cười nói khi quay trở về từ khu rừng. Mercedes biết chắc chắn đã có chuyện khủng khiếp xảy ra. Những người hầu gái khác đang đứng bên ngưỡng cửa nhà bếp, dõi theo sự náo động trong sân khi chị chạy bổ vào trong bếp.

"Chuyện gì xảy ra vậy?" Chị sợ đến nỗi thở không nên hơi và gần như không nói nổi. Lần cuối cùng chị thở một cách bình tĩnh là bao giờ? Chị không thể nhớ nổi nữa.

"Chúng bắt được một người. Chúng bắt sống được một người." Giọng Rosa trở nên the thé vì hoảng sợ. Có tin đồn rằng bà có một người cháu trai ở trong rừng. "Chúng đang đưa cậu ta đến kho thóc!"

Tất cả bọn họ đều biết điều đó có nghĩa là gì.

Mariana gọi Mercedes khi chị chạy ngược trở ra màn mưa xối xả, nhưng Mercedes không thể khiến bản thân thận trọng được. Không phải hôm nay. Nỗi sợ chị cảm nhận được là một con thú hoang đang ăn tươi nuốt sống trái tim chị.

"Mercedes! Quay lại đây!" Giọng Mariana khàn đặc lại. Những người hầu gái khác túm tụm lại quanh bếp trưởng như đàn gà mái hoảng hốt, nét mặt họ đờ ra cả vì sợ hãi lẫn hi vọng: sợ hãi rằng lính của Vidal sẽ lôi Mercedes vào trong kho thóc; hi vọng rằng chị có thể tìm hiểu xem chúng đã bắt được ai.

Chúng đã bắt ai vậy?

"Pedro!"

Mercedes thì thầm tên người em trai trong lúc đôi chân sục vào đất bùn.

"Pedro!"

Gần đến được kho thóc thì chị thấy đám binh lính lôi tù nhân của mình qua cánh cửa mở, hai chân cậu ta bất lực cày xuống nền đất bùn phía sau. Mercedes tiến thêm bước nữa để nhòm vào trong kho thóc, nhưng tất cả những gì chị thấy được chỉ là các binh lính, áo choàng mưa của chúng lấp loáng trong bóng tối, đang trói một dáng người tập tễnh vào cột gỗ ở phía trong.

"Mercedes?"

Vidal đang đứng đằng sau chị, bên cạnh là Serrano.

"*Capitán*." Chị ngạc nhiên khi thấy âm thanh mà môi mình phát ra lại có ý nghĩa. Chị gần như không thể rời mắt khỏi người tù binh. Đầu cậu ta đang gục xuống, gương mặt bị giấu bên dưới một cái mũ tối màu. Em trai chị có đội một cái như thế.

"Tôi phải... kiểm tra đồ dự trữ trong kho."

Chắc chắn là hắn đã nghe được sự tuyệt vọng trong giọng của chị. Đến cả bản thân chị cũng thấy rằng mình nói nghe như một bé gái bị lạc vậy. May mắn là Vidal lại đang quá háo hức để đến chỗ tù binh của mình nên không chú ý thấy.

"Không phải lúc này, Mercedes ạ," hắn nôn nóng trả lời. "Ta không muốn bất cứ ai ở trong sân hay trong kho thóc. Nếu được thì cô hãy đi kiểm tra vợ ta đi..."

Chị ngoan ngoãn gật đầu. Nhưng chị lại chẳng thể nhúc nhích. Chị cứ đứng đó nhìn Vidal cởi mũ ra khỏi mái đầu gục xuống của cậu tù binh. Cậu ta ngẩng đầu lên và nhìn về phía chị.

Tarta.

Đôi mắt cậu mở to như con cừu bị lôi vào lò mổ. Mở to vì biết điều gì đang sắp xảy đến với mình. Mercedes cảm thấy ánh nhìn của cậu như một bàn tay đang với về phía mình, nhưng Tarta không để chị bị lộ. Cậu không hét lên cầu cứu, cậu mím chặt hai môi lại, quyết tâm trở nên dũng cảm, đôi môi đã bẻ vụn từ ngữ như đất sét xốp.

Mercedes vẫn đang đứng dưới mưa khi Serrano đóng cửa kho thóc lại. Chị thấy thật xấu hổ khi nhẹ nhõm vì chúng đã bắt Tarta chứ không phải là Pedro. Nhưng sự nhẹ nhõm đó chỉ tồn tại trong một khoảnh khắc. Tarta biết Pedro ở đâu. Và cậu biết mọi điều về chị cùng ông bác sĩ.

Tarta biết mọi thứ.

Mercedes ngạc nhiên khi thấy đôi chân mình vẫn tìm được đường về lại nhà bếp. Những người khác đang thái rau củ cho món xúp mà họ sẽ đem tới phục vụ cho lũ giết người. *Em trai mình còn sống không?* Chị liên tục hỏi bản thân khi tham gia thái rễ cây và mùi tây cùng với họ. Còn những người khác thì sao? Có phải tất cả đã bỏ mạng trong rừng, máu hoà lẫn với nước mưa hay không? *Không!* Chị tự nhủ. *Không, Mercedes ạ, chúng sẽ chẳng bắt sống Tarta nếu đã giết hết tất cả rồi.*

Chầm chậm, như thể những ngón tay của chị thuộc về người khác, chị cắt một cái rễ nữa thành những lát nhạt màu bằng con dao của mình. Tất cả những gì chị nhìn thấy là lưỡi dao sắc lẹm. Chuyện gì đang xảy ra trong kho thóc vậy? Chị phải dồn hết sức lực mới có thể ngăn cho những suy nghĩ của bản thân quay trở về với người thanh niên có đôi mắt mở to và tưởng tượng ra những gì chúng sẽ làm với cậu.

Mariana đang quan sát chị, gương mặt tròn trịa của bà hằn những dấu vết của cuộc sống. "Thế là nhiều lắm rồi, cô gái ạ," bà nói khi Mercedes đẩy chỗ rau củ đã được thái qua bàn rồi với lấy một khúc rễ khác. Ngay lúc này cuộc sống đang hằn đường nét gì lên khuôn mặt của họ đây? Có quá nhiều đường nét, của sợ hãi, của đau khổ... Mercedes ngạc nhiên vì bà vẫn thật đẹp.

Mariana cầm lên cái khay đựng đồ ăn mà bà chuẩn bị cho Ofelia và mẹ cô. "Tôi mang cái này lên tầng nhé?" Mariana không có người mình yêu thương ở trong rừng, nhưng bà có hai đứa con trai vào tầm tuổi của Tarta.

"Để tôi làm cho," Mercedes nói rồi nhận lấy cái khay từ tay bà - bất cứ thứ gì có thể ngăn trí tưởng tượng của chị đi quá xa, nhưng vô tác dụng. *Chuyện gì đã xảy ra với Pedro?* Câu hỏi đó tự lặp lại với mỗi bước chị leo trên cầu thang. *Tarta đang nói gì với chúng?*

Bác sĩ Ferreira đang ở bên mẹ Ofelia. Ông ngước lên nhìn từ cốc đựng thuốc mà mình đang chuẩn bị khi Mercedes bước vào. *Ông có nhớ Tarta không?* Chị muốn hỏi ông. *Cậu thanh niên không thể đọc báo đủ nhanh cho những người khác ấy? Giờ thì cậu ấy có thể làm tất cả chúng ta bại lộ nếu chúng bắt cậu ấy khai ra.*

Ofelia không để ý thấy nỗi sợ của Mercedes.

Cô đang quá hạnh phúc để mà nhận ra. Hôm nay mẹ cô cảm thấy đủ khoẻ để có thể chơi bài, và khi bác sĩ Ferreira đưa cho bà cốc thuốc, bà bèn lắc đầu.

"Tôi không nghĩ là mình cần nó đâu, bác sĩ ạ," bà nói. "Tôi thấy khoẻ hơn rất nhiều rồi."

"Chính vì thế tôi chỉ cho bà uống nửa liều lượng thôi, và đúng vậy, bà khoẻ hơn rất nhiều rồi," bác sĩ Ferreira đáp lại bằng một nụ cười. "Tôi không hiểu vì sao, nhưng tôi rất mừng."

Ofelia biết. Cô nhìn vào bình sữa tươi mà Mercedes mang lên. Cây khoai ma sẽ sớm cần đến nó. Cùng với vài giọt máu. Tất cả sẽ ổn thôi, dù cho cô đã không nghe lời Thần Nông và khiến các Nàng Tiên của thần phải bỏ mạng. Cô vẫn nghe thấy tiếng hét của chúng trong những giấc mơ của mình, nhưng mẹ cô lại đang tươi cười và, xét cho cùng, cô đã hoàn thành nhiệm vụ thứ hai và đem về con dao của Quỷ Nhợt Nhạt.

Phải, Thần Nông sẽ hiểu cho cô thôi.

Trong thâm tâm, Ofelia biết rằng thần sẽ không thông cảm, nhưng cô quá hạnh phúc để có thể cho phép những lo lắng đó phủ bóng lên tâm trí mình.

25

TARTA

Vidal đang đủng đỉnh. Hỏi cung tù binh là một quá trình phức tạp. Tương tự như điệu nhảy vậy, một bước lùi thật chậm, sau đó là một bước tiến nhanh về phía trước, rồi lại lùi về. Chậm, nhanh, chậm.

Tù binh của hắn đang run lẩy bẩy và mồ hôi đổ thành dòng trên mặt, dù cho chúng mới chỉ hành hạ cậu đôi chút. Cho đến giờ, mọi việc chủ yếu đều là do nỗi sợ của cậu gây nên, nỗi sợ về điều sắp xảy đến. Sẽ thật dễ dàng để nghiền nát cậu.

"Khỉ thật, điếu thuốc này ngon quá. Thuốc lá xịn. Khó tìm lắm đấy." Vidal dí điếu thuốc vào gần mặt cậu thanh niên đến nỗi cậu cảm nhận được hơi nóng phả ra từ lá thuốc đang cháy.

Tarta ngửa đầu lại khi kẻ bắt giữ ấn điếu thuốc vào đôi môi đang run rẩy của cậu.

"X... x... xuống địa ngục đi."

"Ngươi có tin được không, Garces?" Vidal quay sang sĩ quan của mình. "Chúng ta tóm được một đứa nhưng hoá ra nó lại là một thằng cà lăm. Chúng ta sẽ phải ở đây cả đêm mất."

"Lâu thế nào cũng được ạ," Garces trả lời.

Tarta có thể thấy rằng viên sĩ quan không tỏ ra thích thú gì với tình huống này như tên *capitán* của gã, một dạng ác quỷ mặc quân phục mà Tarta vẫn luôn sợ phải gặp mặt. Cậu đang nằm trong tay bọn chúng và cậu biết những bàn tay đó sẽ làm gì. *Nếu bị bắt, hãy nghĩ đến người mà cậu cần phải bảo vệ,* Pedro đã dạy cậu như vậy, khi họ thực hành cách giữ yên lặng kể cả lúc bị tra tấn. *Người mà cậu sẵn sàng hi sinh tính mạng. Điều đó có thể không giúp ích được gì, nhưng cũng chẳng sao. Hãy nghĩ tới ai đó, Tarta ạ.* Ai đây? Có lẽ là mẹ cậu. Phải. Mặc dù nghĩ tới bà có lẽ sẽ khiến sự việc tồi tệ hơn vì cậu chỉ có thể tưởng tượng ra cảnh bà sẽ khóc như thế nào nếu mất cậu.

Tarta cúi đầu xuống. Giá mà chân tay cậu có thể ngừng run rẩy. Kể cả nếu lời khuyên của Pedro có giúp giải thoát được tâm trí, thì cơ thể cậu cũng để lộ nỗi sợ hãi.

"Garces nói phải," tên *capitán* nói. "Lâu thế nào cũng được."

Hắn phanh áo sơ-mi, điếu thuốc lá đung đưa trên môi. Tarta tự hỏi không biết hắn có cởi áo ra để máu không làm hỏng nó hay không. "Tốt hơn hết là mày nên khai ra mọi thứ. Nhưng để đảm bảo là mày sẽ làm vậy, tao đã mang theo vài dụng cụ. Chỉ là mấy thứ nhặt nhanh trên đường đến đây thôi."

Vidal cầm búa lên. Hắn đã xếp các dụng cụ của mình thẳng hàng phải lối trên chiếc bàn gỗ cũ kĩ.

Run rẩy. Chẳng phải người ta nói rằng một người có thể chết vì sợ hãi hay sao? Tarta ước gì cậu biết cách để nỗi sợ tự giết bản thân mình.

"Ban đầu tao sẽ không thể tin tưởng mày." Ác Quỷ thử trọng lượng của cái búa trên tay. Rõ ràng là hắn rất tự hào về các kĩ năng tra tấn của mình. "Nhưng sau khi tao dùng cái này, mày sẽ phải thừa nhận một số điều. Và khi chúng ta đã dùng đến thứ này..." Hắn cầm kìm lên. "Chúng ta hẳn sẽ đạt được... nói thế nào bây giờ nhỉ...?"

Tarta nhận thấy một thoáng lo âu, thậm chí có lẽ là thương cảm trên gương mặt viên sĩ quan còn lại. Gã cũng có ria mép giống cha Tarta.

"Thử nói theo cách này đi." Ác Quỷ mở rồi kẹp cái kìm lại. "Đến lúc đó chúng ta hẳn sẽ trở nên thân thiết hơn rất nhiều... giống như... anh em vậy. Và khi đến được cái này..." Hắn giơ lên cái tua vít. "Tao sẽ tin tưởng mọi điều mày nói ra."

Tarta bắt đầu tỉ tê khóc. Cậu đã cố hết sức để không khóc, nhưng nỗi sợ chất chứa trong cậu lại quá lớn, quá nhiều nỗi cô đơn và tuyệt vọng. Tất cả đều phải bộc lộ ra dưới một dạng nào đó, dù cho đó chỉ là những giọt nước mắt.

Kẻ bắt giữ làm một hơi thuốc lá đầy mãn nguyện nữa rồi đặt cái tua vít trở lại bàn. Sau đó hắn cầm lại cái búa lên và tiến tới bên Tarta.

"Tao sẽ thoả thuận một điều với mày," hắn ấn cái đầu búa nặng trịch lên bả vai đang run lẩy bẩy của

Tarta. "Nếu mày đếm được tới ba mà không lắp bắp, mày có thể đi."

Tarta ngẩng đầu lên nhìn kẻ tra tấn, dù cho cậu biết đôi mắt sẽ để lộ ra rằng trái tim đang khiếp hãi của cậu tha thiết đến tột cùng một tia hi vọng le lói. Cậu cũng tìm kiếm điều đó trên gương mặt Garces... Garces, phải, đó là tên gã. Tarta lấy làm mừng vì nhóm nổi dậy đã không nói với nhau tên thật của mình; cậu quá giỏi trong việc ghi nhớ những cái tên.

Gương mặt ria mép của Garces không còn bất cứ biểu cảm nào.

"Đừng có nhìn hắn!" Ác Quỷ quát. "Nhìn tao đây này. Không có ai ở trên tao cả. Garces?"

"Vâng, thưa *Capitán*."

"Nếu ta nói thằng nhãi đê tiện này có thể rời khỏi đây, liệu có ai cãi lại ta không?"

"Không ai cả, thưa *Capitán*. Nếu ngài đã nói vậy thì nó có thể đi." Garces đáp lại ánh nhìn của cậu thanh niên đang run rẩy. *Đó là tất cả những gì tôi có thể làm cho cậu,* đôi mắt gã dường như đang nói. Rằng tôi không nhìn tránh đi.

Vidal rít một hơi thuốc lá nữa. Ôi, hắn mới thích thú cái chuyện này làm sao.

"Giờ thì làm đi." Hắn lại dí mặt vào gần Tarta. "Nhanh nào. Đếm đến ba đi."

Đôi môi run rẩy của Tarta cố gắng hình thành con số đầu tiên, trong lúc cơ thể cậu co rúm lại vì sợ.

"... Một."

"Tốt!"

Tarta nhìn chầm chầm xuống đất, như thể cậu có thể tìm thấy vài mảnh tự trọng cuối cùng ở đó. Môi cậu thử một lần nữa, và rồi cậu đẩy âm tiết đó ra.

"... Hai."

Vidal mỉm cười. "Tốt! Thêm một số nữa và mày sẽ được tự do."

Miệng Tarta giật giật vì nỗ lực phải nói dõng dạc – cố gắng phát ra những từ ngữ tròn trịa cho gã đàn ông sẽ bóp nát cậu. Nhưng lần này lưỡi của Tarta không chịu nghe lời. Nó chỉ có thể thốt ra một tiếng lắp bắp "B... b," sự run rẩy của một thứ đã hỏng.

Cậu nhìn lên Ác Quỷ, đôi mắt nài xin hắn rủ lòng thương.

"Đáng tiếc làm sao," Vidal lồng vào một chút thương cảm để tô điểm thêm cho màn trình diễn của mình.

Sau đó hắn phang cả cái búa xuống gương mặt đang cầu xin kia.

Người thợ đóng sách

Ngày xửa ngày xưa, có một người thợ đóng sách tên Aldus Caramèz, ông thạo nghề đến nỗi vương hậu Vương quốc Lòng đất đã giao cho ông đảm nhận việc đóng bìa toàn bộ số sách trong thư viện pha lê nổi tiếng của bà. Cả cuộc đời của Caramèz chứa đựng trong những tập sách đó, vì ông còn rất trẻ – vẫn là một cậu bé – khi vương hậu nhờ ông đóng cuốn sách đầu tiên cho mình, đó là một tập sách có chứa những hình vẽ của mẹ người.

Người thợ đóng sách vẫn còn nhớ đôi tay mình đã run rẩy ra sao khi ông trải những tấm hình chân dung đầy tinh xảo về các tiên nữ, yêu tinh, và người lùn trên bàn làm việc của mình; về những con cóc (mà thân mẫu vương hậu đặc biệt yêu thích), chuồn chuồn, và về những chú bướm đêm làm tổ trong rễ cây phủ kín trần của cung điện như những bức rèm đăng ten biết thở. Với công việc đóng sách, Caraméz đã chọn da của con thằn lằn không có mắt, vảy của nó phản chiếu ánh nến lung linh gần như không thua kém gì bạc. Loại thằn lằn này là những con vật rất hung hãn, nhưng các thợ săn của nhà vua thỉnh thoảng lại giết được một con khi chúng định bắt trộm công của vương hậu, và lần nào Caraméz cũng xin da của chúng để làm đồ, tưởng tượng ra rằng ông sẽ cho chúng đôi mắt bằng cách biến chúng thành những cuốn sách - một ý tưởng khá ngờ nghệch, nhưng ông thích nó.

Vương hậu thích cuốn sách đầu tiên mà ông đóng cho mình đến nỗi người đã giữ nó trên chiếc bàn cạnh giường, cùng một tập sách mà Caraméz đã đóng cho con gái Moanna của người, chỉ vài tuần trước khi nàng biến mất. Caraméz đã tạo ra cả một thư viện cho nàng công chúa mất tích, và nó chứa hàng trăm cuốn sách minh hoạ phong phú nhất về các loài động vật của Vương quốc Lòng đất, những sinh vật thần thoại và các loài cây thường rất kì diệu, quang cảnh dưới lòng đất rộng mênh mông, cùng toàn bộ những người dân và người cai trị khác nhau của nơi đây.

Moanna vừa mới sang tuổi thứ bảy – ồ phải, Caraméz vẫn còn nhớ những ngày đó rất rõ – khi nàng yêu cầu một cuốn sách về Vương quốc Phía trên. "Người ta kể với con cháu của mình ở trên đó những câu chuyện như thế nào vậy, ông Aldus?" Nàng hỏi vậy. "Mặt trăng trông ra sao? Có người nói với ta rằng nó lơ lửng như chiếc đèn lồng khổng lồ trên trời. Còn mặt trời thì sao? Có thật nó là một quả cầu lửa khổng lồ đang bơi trong biển trời xanh ngắt không? Rồi những vì sao nữa... có thật là chúng giống đom đóm không?"

Caraméz nhớ lại nỗi đau khủng khiếp đã giày xé trái tim ông khi nàng công chúa nhỏ hỏi những câu đó. Trước đó nhiều năm, anh trai của ông đã hỏi những câu tương tự và một năm sau, anh trai ông biến mất, không bao giờ quay trở lại. Khi người thợ đóng sách chia sẻ những lo lắng của mình với vương hậu, người trả lời: “Hãy tạo ra và đóng cho con bé cuốn sách mà nó yêu cầu, Caraméz ạ. Hãy đảm bảo là nó chứa đựng mọi thứ mà con bé muốn biết, vì nếu như vậy thì nó sẽ không cố để nhìn được mặt trăng và mặt trời bằng chính mắt mình nữa.”

Nhưng nhà vua không đồng ý với vợ mình. Ngài cấm Caraméz thực hiện mong ước của con gái, và vương hậu quyết định không chống lại ngài, vì người phải thừa nhận rằng yêu cầu của cô con gái cũng khiến người bất an.

Thế nhưng Công chúa Moanna lại không ngừng đặt ra những câu hỏi.

“Ai đã kể với người về Vương quốc Phía trên vậy, thưa Công chúa?” Caraméz hỏi khi nàng lại ghé thăm xưởng làm của ông, yêu cầu ông ít nhất hãy làm cho nàng một cuốn sách nhỏ về các loài chim của Vương quốc Phía trên. Moanna chưa từng thấy chim bao giờ. Dơi là những sinh vật biết bay duy nhất tại Vương quốc Lòng đất. Và các tiên.

Công chúa trả lời câu hỏi của Caraméz bằng cách đưa cho ông một cuốn sách. Dĩ nhiên rồi! Thư viện của cha mẹ nàng! Các thư viện không giữ bí mật mà tiết lộ chúng. Cuốn sách Moanna đưa cho người thợ đóng sách có chứa những bản báo cáo từ tổ tiên của mẹ nàng, những người đã đi rất nhiều nơi trong Vương quốc Phía trên.

"Cứ giữ lấy nó đi," Moanna bảo khi Caraméz vội vàng giấu cuốn sách ra sau lưng. "Ta không cần cuốn sách đó. Ta chỉ cần nghe rễ cây nói chuyện. Chúng biết mọi điều về Vương quốc Phía trên!"

Đó là lần cuối cùng người thợ đóng sách nói chuyện với công chúa trước khi nàng biến mất. Caraméz vẫn còn nhớ giọng nói của nàng, dù cho có những ngày ông chẳng thể nhớ ra nổi gương mặt nàng. Cứ thỉnh thoảng, ông lại thấy mình đang làm một cuốn sách cho Moanna, chứa đầy những câu chuyện mà các Nàng Tiên kể cho ông hay những câu chuyện được thì thầm trong lớp da của loài thằn lằn không mắt.

Có lẽ Thần Nông đã nghe nói về những cuốn sách đó. Thần thường không ghé thăm xưởng làm việc của Caraméz. Thần Nông không tin vào sách vở. Thần già hơn nhiều so với những bản thảo cổ nhất trong thư viện của vương hậu, và hoàn toàn có quyền nói rằng mình biết rõ về thế giới hơn rất nhiều so với tất cả những trang giấy ố vàng. Nhưng một ngày nọ, thần đột nhiên đứng trong khung cửa xưởng làm của người thợ đóng sách. Caraméz có chút sợ hãi Thần Nông. Ông chưa bao giờ chắc chắn về việc liệu mình có thể tin tưởng đôi mắt màu xanh nhạt đó không. Trên thực tế, ông cũng sẽ chẳng ngạc nhiên nếu được biết rằng các Thần Nông ăn thịt thợ đóng sách.

"Ta cần ông đóng cho ta một cuốn sách, Caraméz ạ," Thần Nông nhẹ nhàng nói. Giọng thần có thể mềm nhẹ như nhung hay sắc lẹm như răng nanh của thằn lằn.

"Sách như thế nào vậy, thưa thần đầu sừng?" Caraméz hỏi bằng cái cúi đầu trịnh trọng.

"Một cuốn sách chứa đựng mọi thứ mà ta biết nhưng sẽ chỉ thể hiện những gì ta bảo nó tiết lộ ra."

Caraméz chau mày. Ông không dám chắc là mình thích ý tưởng về một cuốn sách như thế.

"Cuốn sách này sẽ giúp Công chúa Moanna tìm được đường trở về," Thần Nông nói thêm.

Dĩ nhiên rồi. Thần biết Caraméz yêu quý nàng công chúa mất tích đến nhường nào. Thần Nông biết mọi chuyện.

"Tôi sẽ cố gắng hết sức," người thợ đóng sách trả lời.

Thần Nông gật mái đầu sừng của mình, như thể đó là tất cả những gì thần yêu cầu, rồi đưa cho ông một bọc giấy.

Caraméz ngạc nhiên nhìn chúng.

"Nhưng những trang giấy này trống rỗng mà!" Ông thốt lên.

"Không đâu," Thần Nông trả lời bằng nụ cười bí hiểm. "Chỗ giấy này được làm từ số quần áo Công chúa Moanna để lại, còn lớp keo được thêm vào chứa đựng toàn bộ kiến thức mà ta có về Vương quốc Phía trên."

Thần vươn những ngón tay để móng dài của mình lên rồi bứt ra từ hư vô một cuộn da màu nâu.

"Tấm da này," thần nói, "được cắt ra từ da của một con thú ăn sự thật và rất nhiều người đàn ông quả cảm. Ta muốn ông dùng nó làm bìa sách. Theo cách đó, tấm da sẽ đem đến lòng can đảm cho công chúa bất cứ khi nào người chạm vào nó."

Caraméz trải tấm da lên bàn làm việc rồi xoa những trang giấy trống trơn giữa các ngón tay. Cả hai thứ vật liệu này đều là loại chất lượng cao nhất. Chúng sẽ tạo nên một cuốn sách tuyệt đẹp, dù cho đối với ông, những tờ giấy trông vẫn trắng trơn.

"Hãy tiến hành công việc ngay đi," Thần Nông yêu cầu. "Ta vừa mới biết được rằng mình có thể sẽ sớm cần đến cuốn sách đó."

Caraméz tuân lệnh. Ông lập tức bắt tay vào việc. Nhưng ông cho thêm một nguyên liệu mà ông không nói với Thần Nông: ông trộn vài giọt nước mắt của mình vào lớp keo để đóng gáy sách, vì ông biết chắc chắn rằng công chúa sẽ không chỉ cần đến lòng can đảm và kiến thức để dẫn lối trở về, mà cả tình yêu nữa.

26

CHỈ HAI TRÁI NHO

Lần này, Ofelia bị đánh thức bởi tiếng cười, một tiếng cười khàn khàn, khe khẽ vang vọng trong bóng tối nhấn chìm căn phòng của cô như thứ sữa màu đen.

"Tôi thấy rằng mẹ của người đã khoẻ hơn nhiều rồi, thưa Công chúa." Thần Nông trông vô cùng hài lòng với bản thân. "Chắc hẳn người phải thấy nhẹ nhõm lắm!"

Hiện giờ trông thần thậm chí còn trẻ trung hơn, dù cho đôi chân dê vẫn kêu cọt kẹt với mỗi bước mà thần tiến về phía giường của Ofelia. Bất chấp những hoa văn cổ xưa phủ kín hai má và trán, da của thần vẫn mịn màng đến mức nó phản chiếu ánh sáng của mặt trăng đã gần tròn.

"Vâng, cảm ơn ông," Ofelia trả lời, lo lắng liếc về phía chiếc túi đeo của Thần Nông đang thò ra từ dưới lớp chăn. "Nhưng mọi việc hoá ra lại không thuận lợi đến vậy. Ý tôi là không phải với tất cả bọn họ."

"À? Không ư?" Đôi mắt mèo xanh lơ mở rộng vì ngạc nhiên.

Ofelia chắc chắn rằng thần đã biết chuyện. Cô dần tin rằng Thần Nông biết mọi điều – về thế giới này và bất cứ thế giới nào khác.

“Tôi... có một tai nạn,” cô lẩm nhẩm nói trong lúc trao cho thần chiếc túi. Nàng Tiên sống sót đang ríu rít kêu bên trong. Ofelia vẫn không dám thả nó ra ngoài, sợ rằng nó có thể cũng sẽ gặp nguy hiểm.

“Một *tai nạn* ư?” Thần Nông lặp lại cụm từ đó với vẻ khó tin lộ rõ.

Thần mở chiếc túi đeo ra rồi gầm gừ.

Nàng Tiên rập rờn bay ra rồi đậu lên vai thần. Càng lắng nghe nó nói lâu, gương mặt thần càng trở nên hung bạo cho đến khi cuối cùng thần cũng nhe hàm răng nhọn hoắt của mình ra và tức giận rền rĩ.

“Người đã không tuân theo các quy định!” Thần gầm lên, chỉ một cái móng về phía Ofelia.

“Chỉ là hai quả nho thôi mà!” Cô kêu lên, vội vã lôi con dao được bọc trong vải nhung đỏ ra từ dưới gối. “Tôi cứ nghĩ sẽ chẳng ai nhận ra!”

Thần Nông giật lấy con dao, rồi giận dữ lắc đầu quầy quậy. “Chúng ta đã phạm sai lầm rồi!”

“Sai lầm?” Ofelia gần như chẳng thể nghe thấy giọng của chính mình.

“Người đã thất bại rồi!” Thần Nông càu nhàu, đứng sừng sững phía trên cô. “Người sẽ không bao giờ có thể quay về!”

Ofelia cảm thấy như màn đêm đang há ngoác cái mồm của nó ra để nuốt lấy mình.

“Nhưng đó chỉ là một tai nạn thôi mà!”

"Không!" Thần Nông lại rống lên, đôi mắt nheo lại vì thịnh nộ và khinh miệt. "Người-không-thể-quay-về! Không bao giờ!" Từng từ đập vào Ofelia như những viên đá. "Mặt trăng sẽ tròn trong ba ngày nữa! Linh hồn của người sẽ mãi mãi lưu lại trong thế giới loài người."

Thần cúi người về phía cô, cho tới khi gương mặt gần như chạm vào mặt Ofelia.

"Người sẽ già đi giống như họ. Người sẽ chết giống như họ! Và toàn bộ kí ức của người..." Thần lùi lại, bàn tay giơ lên như thể đang dồn sức cho một lời tiên tri. "Người sẽ phai tàn theo thời gian. Còn với chúng tôi" – như để buộc tội, thần chỉ vào Nàng Tiên và vào ngực của chính mình – "chúng tôi sẽ biến mất cùng với người. Người sẽ không bao giờ nhìn thấy chúng tôi nữa!"

Nói rồi, cơ thể của thần tan biến vào màn đêm, như thể sự không vâng lời của Ofelia đã biến thần và Nàng Tiên thành những cái bóng nhạt nhoà bị ánh sáng của trăng thượng huyền xua tan. Và Ofelia ngồi đó trên giường, lấp đầy sự câm lặng mà họ bỏ lại bằng những tiếng nức nở tuyệt vọng.

27

TÀN PHẾ

Bác sĩ Ferreira biết Vidal cần đến mình để làm gì ngay khi Garces gõ lên cửa phòng ông. Trong một thoáng, ông đã muốn giả vờ như không nghe thấy tiếng gõ. Điều gì đã đưa đẩy ông đến cái tiền đồn của địa ngục này? Ferreira tự hỏi trong lúc đi theo Garces vào màn mưa: là do số phận hay tự ông quyết định? Trời vẫn mưa tầm tã cả đêm, và ban ngày cũng hứa hẹn sẽ tiếp tục một bầu trời than khóc.

Thật thích hợp làm sao.

Vidal đang đứng trước kho thóc, rửa tay trong chậu nước. Ferreira không ngạc nhiên khi thấy máu dính trên những ngón tay hắn. Phải, đó chính xác là những gì ông đã mường tượng ra. Lại một người khác bị tàn phế.

"Chúc một ngày tốt lành, bác sĩ." Vidal lại trở về tư thế hùng dũng của mình. Đôi khi thật khó để không phá lên cười vì điều đó, nhưng Vidal lại là một kẻ reo rắc nỗi kinh hoàng đến mức một sơ suất như vậy thật khó chấp nhận.

"Xin lỗi đã đánh thức ông dậy sớm thế này," hắn nói trong lúc thả tay áo xuống. "Nhưng ta cho rằng chúng ta cần sự giúp đỡ của ông."

Áo của hắn sạch bong. Vidal luôn đảm bảo điều đó. Diện mạo là vô cùng quan trọng đối với những kẻ hiếm khi tháo mặt nạ ra, và Ferreira chưa từng thấy Vidal không đeo mặt nạ. Hồi còn bé trông hắn như thế nào nhỉ? Có phải ánh mắt hắn đã vô cảm như bây giờ rồi không? Liệu hắn có từng gọi ai đó là bạn chưa? Chiếc mặt nạ sẽ không thể hiện những điều đó.

Trong lúc đi theo Garces qua màn mưa, Ferreira đã cố gắng chuẩn bị tinh thần bằng cách tưởng tượng ra chúng đã làm gì với đám tù binh. Trí tưởng tượng của ông đã thất bại. Ông gần như không thể nhận ra người thanh niên từng cố gắng đọc tờ báo tại hang động trong rừng.

Ferreira gần như không giữ nổi cho tay mình không run lên bần bật khi mở túi ra. Ông cảm thấy vô cùng giận dữ, buồn bã, và kinh tởm một cách bất lực khi lôi ra băng gạc cùng thuốc sát trùng để rửa sạch những vết thương mà các dụng cụ của Vidal đã gây ra. Cậu thanh niên đang ngồi trên sàn, lưng dựa vào cây cột mà chúng đã trói cậu vào, ôm lấy bàn tay mình, nếu người ta vẫn còn có thể gọi đó là tay. Máu đang ộc ra từ miệng cậu, và một bên mắt cậu sưng to đến nỗi Ferreira không dám chắc liệu nó còn có ở đó hay không.

Tarta... phải, đó là biệt danh những người khác gọi cậu[1]. Cậu rên rỉ khi Ferreira nhẹ nhàng cầm lấy

(1) "Tarta" trong tiếng Tây Ban Nha có nghĩa là bánh ngọt.

cánh tay cậu để kiểm tra bàn tay đã bị đập nát. Các ngón tay đều bị nghiền nát, tất cả. Một ngón chỉ còn là một mẩu cụt đầy máu.

"Chúa ơi, các ông đã làm gì với cậu ta vậy?" Lời nói đó buột ra khỏi miệng ông, dù cho Ferreira biết rằng nhận xét như thế là không hề khôn ngoan. Nhưng những gì ông chứng kiến khiến cho sự thông thái trở thành điên rồ, một sự sao nhãng vô dụng khỏi sự tàn nhẫn của con người.

"Chúng ta đã làm gì với hắn ư? Không có gì nhiều." Có vẻ tự hào rõ rệt trong giọng nói của Vidal. "Nhưng mọi chuyện đang tiến triển tốt."

Vidal bước đến bên túi của Ferreira rồi lôi ra một lọ thuỷ tinh nhỏ giống hệt như những lọ mà hắn đã tìm thấy bên đống lửa trại của quân nổi dậy. Ferreira không nhận ra. Tất cả những gì ông thấy là gương mặt sưng phồng của cậu thanh niên, bên mắt còn mở chứa đầy nỗi sợ và sự đau đớn, đang quan sát ông.

"Ta thích có ông ở cạnh để thuận tiện những lúc cần, bác sĩ ạ," Vidal nói từ phía sau lưng ông. "Việc đó có nhiều lợi ích."

Ferreira quá bận rộn để mà nghe thấy vẻ nhạo báng trong đó. Bốn khúc xương sườn của Tarta đã gãy, có lẽ là bị đá vào. Ông nghe thấy Vidal ra lệnh cho Garces trở về khu nhà ở cùng với hắn.

Tốt! Biến đi! Ferreira nghĩ khi chúng bỏ ông lại một mình với cậu thanh niên tàn phế. *Trước khi ta gọi các ngươi bằng bản chất của các ngươi. Nếu ta tìm ra được một cái tên cho nó.*

"Tôi đã khai," Tarta lẩm nhẩm. "Không nhiều. Nh... nh... nhưng tôi đã khai."

Bên mắt còn nhìn được của cậu cầu mong sự tha thứ. Nó xé nát trái tim Ferreira như một miếng vải rách. Bóng tối ngập tràn. Quá nhiều bóng tối.

"Ta rất tiếc, con trai," ông thì thầm. "Ta thật sự rất tiếc."

Đôi môi phủ đầy máu một lần nữa lại cố gắng tạo ra từ ngữ. Trận tra tấn đã không tha cho chúng, nhưng cuối cùng các chữ cái cũng kết hợp lại với nhau.

"Giết tôi đi!" Cậu thanh niên nài nỉ. "Giết tôi ngay bây giờ đi. Làm ơn."

Quá nhiều.

28

PHÉP THUẬT KHÔNG TỒN TẠI

Vidal vẫn giữ những lọ thuốc mà hắn tìm thấy bên đống lửa trại trong rừng tại một ngăn kéo bàn của mình. Khi hắn lên phòng để so sánh chúng với lọ thuỷ tinh lấy từ túi của bác sĩ Ferreira, hắn không ngạc nhiên khi thấy rằng chúng giống hệt nhau.

"Đồ khốn nạn!" Hắn rít lên khi thở hắt ra.

Hắn đã để cho bản thân bị lừa bởi sự dịu dàng trên gương mặt ông bác sĩ tốt bụng. Lại một sai lầm nữa. Nhưng hắn sẽ sửa chữa sai lầm này.

Ferreira vẫn đang ở bên Tarta khi Vidal trả những lọ thuốc lại vào trong ngăn kéo bàn.

Ông bác sĩ đang quỳ bên cạnh cậu thanh niên bị tra tấn, không hề biết rằng việc mình phản bội đã bị phát hiện. Thứ chất lỏng trong ống tiêm mà ông đang kéo lên có màu vàng óng như chiếc chìa khoá Ofelia lấy được từ Cóc. Tarta đã nhắm mắt lại, bên mắt mà Vidal vẫn để cho lành lặn, nhưng miệng cậu đang há ra. Mỗi hơi thở là một hành động dũng cảm, vì nó đem đến quá nhiều đau đớn, và khi Ferreira lưỡng lự không nỡ đâm kim tiêm, Tarta liền tóm lấy cánh tay ông bằng bàn tay còn lành lặn của mình để đảm bảo rằng ống tiêm tìm được da thịt mình. Cậu ngẩng đầu lên nhìn một lần cuối, lời cảm ơn câm lặng từ chàng trai với cuộc đời đã bị nguyền rủa bởi cái lưỡi không chịu nghe lời. Rốt cuộc, nó đã khiến cậu trở thành kẻ phản bội lại những người bạn duy nhất mà mình từng biết tới.

"Rồi cậu xem, thứ này sẽ làm cơn đau tan biến." Nói chuyện với cậu như thể cậu là một bệnh nhân bình thường ít nhất cũng mang đến cho Ferreira đôi chút bình yên. Đôi mắt Tarta lại đang nhắm lại và máu rỉ xuống mặt cậu từ dưới mái tóc đen.

"Phải, sắp xong rồi," ông bác sĩ dịu dàng nói.

Ông nói với chính bản thân mình. Tử Thần đã phủ tấm áo choàng của lòng từ bi lên vai Tarta.

* * *

Vidal không hiểu nổi những người như Ferreira. Hắn không hề nghi ngờ gì về việc một kẻ giúp đỡ quân nổi dậy đương nhiên cũng sẽ giết đứa con chưa được sinh ra của hắn.

Ofelia đang chui dưới gầm giường của mẹ để kiểm tra khúc cây khoai ma thì Vidal ầm ầm lao lên cầu thang để tới kiểm tra xem con trai mình còn sống hay không. Những bước chân vội vã của hắn khiến cả nhà máy xay tràn ngập tiếng vọng của nỗi sợ hãi, nhưng Ofelia lại không nghe thấy. Cô đang quá lo lắng về cây khoai ma. Rễ của nó không còn cử động dù cho cô đã thay sữa mới và cho nó thêm vài giọt máu.

"Mày bệnh rồi sao?"

Cô vừa cúi người xuống cái bát thì đột nhiên cảm thấy có bàn tay tóm lấy hai chân mình. Hai bàn tay đeo găng. Sói nắm hai mắt cá chân của cô rồi lôi xềnh xệch ra, Ofelia thấy mình đang trượt ra khỏi gầm giường một cách bất lực.

"Mày đang làm cái quái gì dưới đó?" Hắn xốc cô dậy rồi tàn nhẫn lắc người cô, khiến cô nếm thấy vị thù ghét như một thứ rượu độc trong miệng mình.

Dĩ nhiên, hắn đã tìm thấy cái bát. Hắn ngửi lớp sữa rồi nhăn mặt tỏ vẻ ghê tởm.

"Cái thá gì đây?"

Ofelia chỉ lắc đầu. Hắn sẽ không hiểu được đâu.

Cô hét lên khi hắn lôi cây khoai ma ra khỏi cái bát và cố gắng giằng nó khỏi bàn tay hắn, nhưng hắn đưa nó ra khỏi tầm với của cô, sữa chảy tràn xuống cánh tay, trong khi bàn tay còn lại của hắn không chịu thả Ofelia ra.

Tiếng kêu của cô đã khiến người mẹ tỉnh giấc.

"Hai người đang làm gì vậy? Ernesto, thả con bé ra đi," bà yếu ớt nói trong lúc kéo chăn ra. "Để cho nó yên, làm ơn!"

Sói dí khúc cây khoai ma đang chảy sữa về phía mặt bà.

"Nhìn cái thứ này đi!" Sữa bắn toé lên váy ngủ của Carmen khi hắn đẩy cái rễ vào tay bà. "Cô nghĩ gì về thứ này? Con nhãi đang giấu nó dưới gầm giường của cô đấy!"

Ofelia không dám nhìn lên gương mặt mẹ mình. Nó tái nhợt đi vì ghê tởm.

"Ofelia?!" Bà kêu lên, đôi mắt cầu xin một lời giải thích. "Cái thứ đấy đang làm gì bên dưới giường của mẹ vậy?"

Sói tiến về phía cửa, những bước chân của hắn cứng đờ lại vì giận dữ.

"Đây là một cái rễ có phép màu!" Ofelia mếu máo. "Thần Nông cho con đó."

"Tất cả là do mấy thứ cặn bã cô đã cho nó đọc." Sói đang đứng trong khung cửa, nhưng Ofelia vẫn có thể cảm thấy những ngón tay của hắn bấu vào cánh tay mình đau nhói.

"Anh cứ đi đi! Em sẽ nói chuyện với con bé, *mi amor*(1)!"

Ofelia ghét sự dịu dàng trong giọng nói của mẹ mình và việc mẹ tha thiết muốn làm hài lòng một gã đàn ông còn chẳng buồn nhìn đến bà.

Trẻ con có thể nhận ra những điều này, vì tất cả những gì chúng làm được là dõi theo - và trốn tránh khỏi bão tố mà người lớn tạo ra. Những cơn bão và những mùa đông.

"Tuỳ cô thôi," Vidal nói, tự nhắc nhở bản thân rằng có những vấn đề quan trọng cần phải giải quyết hơn là một bà goá cô đơn đã quá nuông chiều con gái mình. Mọi thứ sẽ thay đổi một khi con trai hắn ra đời.

(1) (Tiếng Tây Ban Nha) Anh yêu/Tình yêu của em.

Ofelia vẫn đang run rẩy khi hắn cuối cùng cũng để cho cô ở lại với mẹ mình. Có quá nhiều sự giận dữ, đầu tiên là Thần Nông và giờ là Sói. Cô không thể nói được ai khiến cô kinh sợ hơn.

"Thần đã nói với con rằng mẹ sẽ khoẻ hơn!" Cô kêu lên. "Và đúng là như vậy mà!"

"Ofelia!" Mẹ cô thả rơi cây khoai ma xuống giường và ôm lấy mặt. "Con phải nghe lời cha mình! Con phải dừng tất cả những chuyện này lại đi!"

Cha. Ôi, thật quá khó để không ghét bà vì đã gọi hắn như thế - và vì quá yếu ớt để có thể bảo vệ cô. Ofelia quàng tay quanh người bà rồi ép mặt mình vào vai bà. Chiếc váy ngủ của mẹ cô có mùi hương giống như nơi họ từng gọi là nhà, nơi cô đã cảm thấy thật an toàn và hạnh phúc.

"Làm ơn, hãy đưa con ra khỏi đây!" Cô nài nỉ. "Chúng ta hãy bỏ đi thôi, đi mà mẹ! Làm ơn đi mẹ!" Nhưng những từ ngữ đó đều là sai lầm.

Mẹ vùng ra khỏi vòng tay ôm ấp của cô.

"Mọi việc không đơn giản thế đâu, Ofelia ạ." Giờ thì không còn vẻ dịu dàng trong giọng nói của bà. Nó đanh lại vì nôn nóng. "Con đang lớn. Rồi con sẽ sớm thấy rằng cuộc đời không giống như những câu chuyện cổ tích của con đâu."

Bà cầm lấy cây khoai ma rồi bước tới bên lò sưởi, mỗi bước đều chậm chạp một cách đau đớn. "Thế giới là một nơi tàn khốc, Ofelia ạ. Và con cần phải biết được điều đó. Dù cho nó có gây đau thương."

Nói rồi bà lẳng cây khoai ma vào trong đống lửa.

"Không!" Ofelia cố gắng với lấy cái rễ đang quằn quại, nhưng mẹ cô đã giữ vai cô lại.

"Ofelia! Phép thuật không tồn tại đâu!" Giọng bà khản đặc vì kiệt quệ và giận dữ cho tất cả những giấc mơ mà bà đã không thể biến thành hiện thực. "Với con, với mẹ, hay bất cứ ai khác cũng vậy!"

Một tiếng rít the thé dâng lên từ ngọn lửa. Là tiếng của cây khoai ma - cháy sém, quằn quại vì đau đớn, hét lên như một đứa bé mới sinh khi ngọn lửa ăn dần chân tay trắng ởn của nó.

Carmen đứng đối mặt với ngọn lửa, và trong một thoáng, Ofelia có thể thề rằng mẹ mình đã thấy được phép thuật trước mắt - nghe thấy được những tiếng hét, nhìn thấy được khúc rễ quằn quại...

Nhưng rồi bà thở dốc và tóm lấy bậc để chân. Hai chân bà khuỵu xuống, cả người trượt ra sàn, đôi mắt mở to vì hoài nghi và hốt hoảng, trong khi khúc cây khoai ma vẫn tiếp tục kêu thét trong đống lửa.

Máu. Máu đang túa ra từ giữa hai chân Carmen, nhuộm lên da bà, bộ váy ngủ của bà, sàn nhà.

"*Mamá*!" Ofelia quỳ sụp xuống bên cạnh bà.

"Cứu!" Cô hét lên. "Cứu với!"

Bên dưới nhà bếp, những người hầu gái thả dao xuống. Tất cả bọn họ đều đang rất lo lắng cho mẹ Ofelia và đứa bé chưa ra đời của bà. Bác sĩ sẽ đến giúp. Họ đọc được cùng một suy nghĩ đó trên mặt nhau.

Nhưng bác sĩ Ferreira đang ở trong kho thóc, quỳ bên một người thanh niên đã chết, trong tay cầm ống tiêm trống không.

29

MỘT LOẠI NGƯỜI KHÁC

Ferreira đứng dậy khi nghe thấy tiếng bước chân đến gần trong màn mưa. Garces là người đầu tiên bước vào trong kho thóc, Garces gầy gò, da dày, kẻ có thể giữ cho nỗi đau của những người khác ở một khoảng cách thoải mái đối với trái tim mình. Gã nhìn cậu trai bị tra tấn, người có gương mặt bị biến dạng nhưng lại điềm tĩnh và đầy bình yên trong cái chết, trong khi các binh lính khác tập trung lại trước cửa kho thóc, chặn cơn mưa xối xả lại bằng những chiếc dù, một thứ dụng cụ hiền lành đến kì quặc, đối ngược với bộ đồng phục của chúng.

Vidal là người cuối cùng đến nơi. Hắn quỳ xuống bên Tarta để kiểm tra cái xác trong lúc bác sĩ Ferreira cất ống tiêm vào lại trong túi, và đóng nó lại với sự bình tĩnh của một người đàn ông đã làm xong nhiệm vụ của mình.

"Tại sao ông lại làm thế?" Vidal nhổm dậy.

"Đó là điều duy nhất tôi có thể làm."

"Ý ông là sao?" Giọng Vidal thoáng hiện lên vẻ ngạc nhiên. Ngạc nhiên, tò mò... "Ông có thể nghe lệnh ta mà!"

Hắn chậm rãi bước về phía Ferreira như một kẻ đi săn rình con mồi của mình, rồi dừng lại ngay phía trước ông. Thật không dễ dàng để đứng đó và chỉ đơn thuần là nhìn lên hắn ta. Nhưng lòng dũng cảm có rất nhiều dạng. Ferreira đã kinh sợ gã đàn ông này quá lâu rồi - chứng kiến hắn giết chóc, chữa lành những vết thương mà hắn gây ra - ông cảm thấy nhẹ nhõm vì sẽ không còn phải giả bộ về phe hắn nữa.

"Phải, đúng là như thế, tôi đã có thể nghe lệnh ông," ông điềm tĩnh nói. "Nhưng tôi đã không làm vậy."

Vidal chăm chú quan sát Ferreira như một con thú kì lạ mà hắn chưa từng bắt gặp.

"Như thế sẽ có lợi cho ông hơn. Ông biết mà. Tại sao ông lại không nghe lệnh ta?"

Vẻ sợ sệt dường như thoáng hiện lên trong giọng nói của hắn và trong cái cách hắn bặm hai bờ môi mỏng dính lại với nhau. Trong cái vương quốc bóng tối này, tất cả mọi người đều phục tùng nỗi sợ, tại sao người đàn ông đeo kính hiền dịu dám công khai lên tiếng trước mặt hắn này lại không như vậy?

"Cứ nghe lệnh..." Ferreira cẩn trọng chọn từng từ. "... theo cách đó, chỉ là để nghe lệnh, không hề thắc mắc gì... đó là việc mà chỉ có những người như ông mới có thể làm được, *Capitán* ạ."

Ông quay đi lấy túi đồ nghề rồi bước vào màn mưa. Đương nhiên, ông biết chuyện gì sẽ xảy ra, nhưng sao lại không đón nhận lấy khoảnh khắc này chứ, khoảnh khắc cuối cùng cũng thoát khỏi nỗi sợ hãi? Ông cảm nhận được làn mưa lạnh toát trên gương mặt mình khi bước đi xa khỏi kho thóc. Những bước chân thật quý giá, thật tự do, thật yên bình với chính bản thân.

Ông liếc nhìn qua vai, đúng lúc Vidal bước ra khỏi nhà kho, với sải chân dài đầy kiên quyết của một thợ săn. Ferreira không quay người hay dừng lại khi Vidal rút súng lục ra. Ông vẫn tiếp tục tiến bước. Khi bị viên đạn đâm vào người từ phía sau lưng, ông cởi kính ra rồi dụi mắt, dù cho ông biết rằng màn sương đang phủ lên chúng chính là hơi thở của Tử Thần. Thêm hai bước nữa. Rồi đôi chân ông khuỵu xuống, chỉ còn lại bùn lầy và cơn mưa đang ngớt dần. Ferreira có thể nghe thấy tiếng mình thở. Ông thấy lạnh. Rất lạnh. Không có kí ức nào ùa đến với ông, không một lời xoa dịu. Vì một lí do không thể giải thích nổi, thứ duy nhất ông để ý thấy là một con nhện đang lẩn trốn phía sau những phiến đá của một bức tường cách đó vài bước. Con vật nhỏ xuất hiện trước mắt ông, như một điều kì diệu: Ông có thể nhìn rõ từng khớp nối, từng cái nang, từng mấu lồi bằng chất kitin. Cấu trúc của con nhện, dáng vẻ uyển chuyển, vẻ đẹp, và sự háu đói của nó, tất cả dường như hoà trộn thành một thứ độc nhất: vật còn sống cuối cùng. Ferreira hít vào và uống phải nước bùn. Ông cố gắng khạc nó ra, nhưng đang dở chừng thì trái tim ông ngừng đập.

Một phát đạn gọn ghẽ.

Vidal tiến lại gần cơ thể nằm sóng soài rồi nghiền nát cặp kính cạnh đó bằng bốt. Hắn vẫn chưa hiểu lí do tại sao lão ngốc này lại không tuân lệnh mình, nhưng đồng thời hắn cũng thấy nhẹ nhõm một cách kì lạ vì ông bác sĩ tốt bụng đã chết, và hắn sẽ không còn phải nhìn vào đôi mắt dịu dàng và quá mực quan tâm đó nữa.

"*Capitán*!"

Hai trong số những người hầu gái đang đứng trước kho thóc, gương mặt họ tái nhợt đi vì lo lắng. Vidal đút súng lại vào trong bao. Hắn gần như chẳng hiểu nổi những gì họ đang nói. Vợ của hắn không được khoẻ, đó là những gì mà cuối cùng hắn cũng nhặt ra được từ lời nói liến thoắng đầy sợ hãi của họ - và rằng con trai hắn sắp chào đời, trong khi vị bác sĩ đáng lẽ sẽ giúp đỡ đẻ cho đứa trẻ lại đang nằm chết trong vũng bùn phía sau.

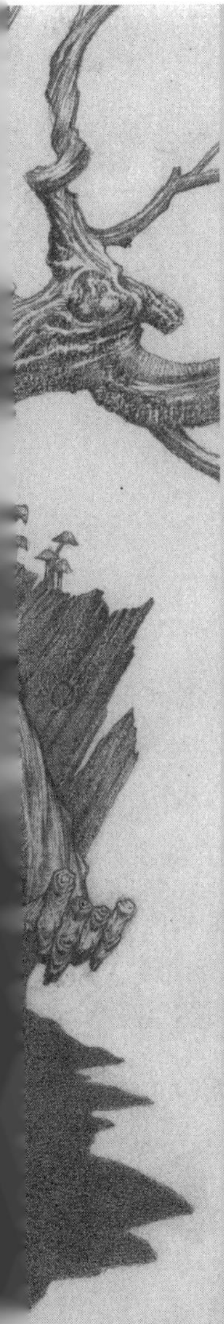

KHI THẦN NÔNG YÊU

Có một khu rừng tại Galicia, cổ xưa đến nỗi vài cái cây vẫn còn nhớ về một thời khi động vật mang hình dạng của con người còn loài người mọc cánh và lông mao. Những cái cây thì thầm: vài người thậm chí còn hoá thành cây sồi, dẻ gai cùng nguyệt quế, và đâm rễ vào sâu trong lòng đất, sâu đến nỗi họ quên luôn cả tên của mình. Đặc biệt có một cây vả mà những cây khác rất thích kể chuyện về nó khi gió khiến lá của chúng rì rào. Cây vả mọc trên một quả đồi ở trung tâm khu rừng.

Người ta có thể dễ dàng nhìn thấy nó, vì hai cành chính uốn cong lại như sừng của một con dê, còn thân cây thì tẽ ra, như thể nó đã hạ sinh một thứ gì đó đang lớn dần bên dưới lớp vỏ.

Phải! Khu rừng thì thầm. *Đó là lí do mà thân cây tẽ ra như một vết thương. Cái cây này thật sự đã sinh con, vì có thời nó từng là một phụ nữ hay nhảy múa và ca hát bên dưới vòm lá của ta. Nàng nhặt quả mọng và bện tóc mình bằng những bông hoa của ta. Nhưng rồi một ngày, nàng gặp một Thần Nông thích chơi sáo bên dưới những thân cây của ta trong ánh sáng trăng. Thần đã tạo hình cây sáo từ những mẩu xương ngón tay của yêu tinh và giai điệu của thần ca về vương quốc dưới lòng đất tăm tối, quê hương của thần, vô cùng khác biệt so với ánh sáng mà người phụ nữ mang trong mình.*

Tất cả những điều này đều là sự thật, nhưng dù vậy, nàng vẫn phải lòng Thần Nông, với một tình yêu sâu nặng và không thể trốn thoát như giếng khơi, và Thần Nông cũng đáp lại tình cảm của nàng. Ấy vậy mà, khi thần cuối cùng cũng rủ nàng đi cùng mình tới thế giới dưới lòng đất, nàng lại kinh sợ cái suy nghĩ phải sống cả phần đời còn lại mà không còn có thể nhìn thấy những vì sao hay cảm nhận gió thổi trên làn da. Vì vậy nàng quyết định ở lại và nhìn thần ra đi. Tuy nhiên, tình yêu mà nàng cảm nhận được lại khiến nàng ngập tràn một nỗi khao khát, lớn đến nỗi chân nàng mọc rễ để lần tới vương quốc dưới lòng đất có người nàng yêu thương, trong khi đôi tay vươn lên bầu trời và những vì sao mà nàng đã chọn thay vì Thần Nông.

Than ôi, trái tim nàng mới đau đớn làm sao. Nó khiến làn da mềm mại của nàng hoá thành vỏ cây. Những tiếng thở dài của nàng trở thành tiếng gió xào xạc qua ngàn vạn chiếc lá, và khi Thần Nông quay trở lại vào một đêm trăng tỏ để chơi sáo cho nàng nghe, tất cả những gì thần thấy là một thân cây đang thì thầm cái tên mà thần đã không nói với bất cứ ai trừ nàng.

Thần Nông ngồi xuống giữa những nhánh rễ của cái cây và cảm thấy nước mắt của chính mình đọng như sương trên mặt. Những cành cây mà thần ngồi dưới đang trút hoa xuống người thần, nhưng người thần yêu không còn có thể quàng tay ôm hay hôn lên môi thần nữa. Thần cảm thấy nỗi đau khủng khiếp trong trái tim hoang dại và can đảm của mình, đến nỗi khi vuốt ve thân cây, làn da của chính thần – đã một thời phủ lông mao mịn như lụa – trở nên sần sùi và cứng như gỗ, giống như vỏ cây của tình yêu mà thần đã để mất.

Thần Nông ngồi dưới tán cây suốt cả đêm cho tới khi mặt trời lên và xua đuổi thần đi. Ánh sáng chói lọi của mặt trời chưa từng khiến thần thấy dễ chịu, và sau khi thần đã trở về lòng đất tối tăm, cái cây oằn những cành lá của mình ngày càng sâu hơn vì buồn bã, cho tới khi chúng mang dáng dấp cái đầu có sừng như người tình của nàng.

Tám tháng sau, vào một đêm trăng rằm, thân cây tẽ ra với tiếng rên rỉ khe khẽ và một đứa trẻ bước ra ngoài. Đó là một cậu bé, thanh thoát với vẻ đẹp của người mẹ, trong khi cặp sừng trên mái tóc xanh và đôi vó trên hai chân mảnh khảnh của cậu thể hiện đặc điểm của người cha. Cậu chạy tung tăng và nhảy múa xuống dưới đồi giống như mẹ cậu đã từng nhảy múa dưới những tán cây, và cậu tự chế một cây sáo từ xương chim để khu rừng ngập tràn trong khúc ca về tình yêu và sự mất mát.

Sâu thẳm dưới lòng đất, nơi thần đang hướng dẫn một nàng công chúa thực hiện các nhiệm vụ trong triều đình của cha mẹ nàng, Thần Nông nghe thấy tiếng nhạc của cây sáo. Thần xin phép cáo từ rồi vội vã chạy qua những hành lang bí mật mà chỉ riêng thần biết để lên tới Vương quốc Phía trên. Nhưng khi tới nơi, thần không còn có thể nghe thấy tiếng sáo nữa, và tất cả những gì thần tìm thấy là dấu vết của những cái móng guốc nhỏ trên lớp rêu ẩm, bị cơn mưa rửa trôi chỉ sau vài bước nhảy.

30

ĐỪNG LÀM MẸ ĐAU

Mẹ cô đang gào thét. Ofelia ngồi trên băng ghế mà một người hầu gái đã đặt bên ngoài phòng ngủ của mẹ và cô có thể nghe thấy âm thanh đó vọng qua bức tường. Sói đang ngồi bên cạnh cô, chỉ cách chừng một sải tay, đờ đẫn nhìn đăm đăm về phía lan can gỗ mà qua đó cô đã vài lần quan sát những người hầu gái làm việc ở sảnh bên dưới. Ofelia tự hỏi, liệu có phải hắn cũng thấy thôi thúc muốn lao người qua lan can mỗi lần mẹ cô hét lên một tiếng đầy đau đớn hay không? Muốn đập tan trái tim nhức nhối trên những phiến đá lát sàn chỉ để tìm thấy sự giải thoát khỏi tất cả những sợ hãi và đau đớn này? Nhưng sự sống còn mạnh mẽ hơn cả cái chết, vì vậy Ofelia đã ngồi lại trên băng ghế bên cạnh tên Sói đã dụ dỗ mẹ cô tới căn nhà này để rồi phải gào thét và đổ máu.

Ofelia biết chắc rằng mọi thứ đáng lẽ sẽ ổn thoả nếu mẹ cô không ném khúc cây khoai ma vào đống lửa. Hoặc là nếu Ofelia đã giấu nó kĩ hơn. Và nếu cô cưỡng lại được những trái nho của Quỷ Nhợt Nhạt...

Lại một tiếng hét nữa.

Có phải cô đã quá mong mỏi rằng em trai mình sẽ chết đi để không làm đau mẹ nữa không? Cô không thể nói được. Cô không còn biết chắc được điều gì nữa. Trái tim cô đã tê liệt vì tất cả những nỗi sợ và đớn đau đó. Có phải em trai cô khiến cho mẹ gào thét là vì nó cũng tàn nhẫn giống như cha nó không? Không. Có lẽ nó không thể làm khác được. Xét cho cùng, chẳng có ai hỏi nó xem liệu nó có muốn được sinh ra hay không. Có lẽ nó đang hạnh phúc tại nơi ở trước đây. Có lẽ đó chính là thế giới mà Thần Nông đã khẳng định là quê hương của cô. Nếu như vậy, cô sẽ phải nói với em trai mình về việc trở lại đó khó khăn đến nhường nào.

Một trong những người hầu gái vội vã chạy qua với bình nước trên tay.

Vidal dõi mắt theo bà.

Con trai hắn. Hắn sẽ để mất con trai mình. Hắn không quan tâm đến người đàn bà đang gào thét trong căn phòng đó. Vợ của một tên thợ may... cả đời hắn toàn là những lựa chọn sai lầm. Đáng lẽ hắn phải biết rằng cô ta quá yếu ớt để có thể giữ cho con trai hắn được an toàn. Hắn cần đứa con trai đó.

Trong căn phòng ngủ phía sau hắn, Mercedes đang chiến đấu chống lại Tử Thần. Cùng với người quân y và những hầu gái khác.

Mọi thứ đều nhuộm đỏ bởi máu: ga trải giường, hai bàn tay của người quân y đã quen thuộc với tiếng hét của các binh lính bị thương nhưng lại chưa quen với cơn đau mà sự sống gây ra khi đến với thế giới này, và chiếc váy ngủ trắng mà cha Ofelia đã may cho Carmen.

Mercedes quay mặt khỏi chiếc giường.

Máu... dường như ở khắp mọi nơi. Đến lúc này, chị đã nghe tin về việc Ferreira đang nằm trong vũng bùn, máu hoà lẫn trong mưa, và về Tarta, máu của cậu đang nhuộm lên đống rơm trên sàn kho thóc. Mercedes bước tới đóng cửa phòng ngủ lại dù cho chị biết rằng cô bé đang ngồi bên ngoài có thể nghe thấy tiếng hét vọng qua tường. Chị mới thương xót cô bé làm sao. Nỗi đau của đứa con khiến chị khổ sở hơn cả nỗi đau của người mẹ.

Lại một tiếng hét nữa.

Ofelia cảm thấy nó như lưỡi dao vừa xẻ một phần trái tim cô ra. Một người hầu gái khác lao ra hành lang, tay ôm chồng vải lanh ướt đẫm máu. Và rồi... những tiếng hét và rên rỉ yếu dần... xịu xuống... rồi tắt hẳn.

Sự câm lặng khủng khiếp rỉ qua bức tường và tràn ngập cả hành lang.

Sau đó, tiếng gào khóc chói tai của một đứa bé xé toạc không gian.

Người quân y bước ra khỏi căn phòng, tạp dề và hai tay dính đầy máu. Sói liền đứng dậy.

"Vợ ngài đã qua đời."

Người quân y hạ giọng xuống, nhưng Ofelia vẫn nghe thấy được.

Thế giới này thật khô cứng và khó chịu như chính băng ghế mà cô đang ngồi trên, thật cằn cỗi như những bức tường quét vôi trắng xung quanh cô. Cô cảm thấy nước mắt của mình như những giọt mưa lạnh trên mặt.

Cho đến giờ, cô mới hiểu được ý nghĩa thật sự của việc phải đơn độc, tuyệt đối và hoàn toàn đơn độc.

Bằng cách nào đó, Ofelia đã đứng dậy được trên hai chân và chầm chậm bước đi trên những tấm ván lát sàn, được mài nhẵn bởi bước chân của những con người từ xa xưa, về phía căn phòng của mẹ mình, nơi em bé đang khóc. Tiếng khóc của nó nghe như tiếng kêu ré của khúc cây khoai ma. Quả thật như vậy. Có lẽ rốt cuộc thì phép thuật cũng tồn tại. Trong một khoảnh khắc, Ofelia thậm chí còn cho rằng em trai cô đang gọi tên mình, nhưng rồi cô nhìn thấy gương mặt trống rỗng của mẹ. Đôi mắt đục ngầu của bà, mờ mịt như một cái gương cũ.

Không, chẳng có phép thuật nào trên thế giới này cả.

* * *

Họ chôn Carmen vào ngày kế tiếp, ngay đằng sau nhà máy xay. Đó là một buổi sáng ảm đạm, và trong lúc đứng bên mộ, Ofelia cảm thấy như mình chưa từng có một người mẹ nào cả. Hoặc như thể cô có lẽ đã bỏ chạy vào trong rừng. Ofelia không tưởng tượng ra nổi hình ảnh bà nằm trong cái quan tài thô kệch kia, được đóng vội vàng từ vài tấm ván gỗ dưới bàn tay người thợ mộc mà Sói đã gọi tới từ một trong những ngôi làng gần đó.

Mục sư là một ông lão nhỏ thó. Trông như thể Tử Thần sẽ đến đón ông tiếp theo vậy.

"Vì bản chất sự thứ tha của Chúa nằm ở lời Người nói và những bí ẩn của Người..."

Ofelia nghe thấy những từ ngữ đó, nhưng chẳng thể hiểu được ý nghĩa của chúng. Cô đang đơn độc, hoàn toàn đơn độc, dù cho Mercedes đang đứng phía sau cô và giờ cô đã có một đứa em trai. Sói đang ôm nó trong vòng tay. Sinh cho hắn một đứa con trai... đó là toàn bộ lí do mà hắn cần đến mẹ cô.

Mục sư vẫn tiếp tục nói, và Ofelia chăm chăm nhìn vào cái hố các binh sĩ đã đào trên mặt đất bùn lầy. Có lẽ đây vẫn luôn là lí do để cô và mẹ mình tới nhà máy xay: tìm ngôi mộ này, để một lần nữa gặp lại Tử Thần. Chẳng có nơi nào mà người ta có thể trốn thoát khỏi Nàng. Cái chết thống trị muôn nơi. Mẹ cô đã biết từ khi nào, Ofelia tự hỏi, rằng bà sẽ không bao giờ rời khỏi nơi này?

"*Vì Chúa gửi thông điệp đến cho chúng ta, và nhiệm vụ của chúng ta là giải mã nó.*"

Lời lẽ của mục sư nghe cũng đầy phán xét như những lời mà Thần Nông đã hét vào mặt cô trong cơn thịnh nộ. Phải, mẹ cô cũng đã bị xét xử. Ofelia không thể gạt bỏ suy nghĩ đó đi khi cô nhìn em trai mình ngủ trong vòng tay của cha nó. Cô không muốn nhìn họ. Họ đã giết mẹ cô.

"*Mộ phần chỉ đón nhận cái vỏ trống hoác và vô tri. Linh hồn lúc này đã ở thật xa, trong vầng hào quang bất diệt...*"

Ofelia không muốn linh hồn của mẹ mình rời xa. Nhưng khi quay trở lại phòng ngủ của mẹ, cô chẳng thể tìm thấy mẹ ở đó. Xa, xa mãi...

Vài cuốn truyện cổ tích của cô vẫn còn nằm trên

chiếc bàn cạnh giường, như thể chẳng có gì thay đổi cả – như thể cô vẫn còn có một người mẹ.

Bởi chính trong đau thương... giọng mục sư thì thầm trong đầu cô... *mà chúng ta tìm thấy ý nghĩa của cuộc sống và ơn Chúa mà ta đã đánh mất khi sinh ra.* Cái chai chứa thứ nước thuốc mà bác sĩ Ferreira đã cho mẹ cô uống để giúp bà ngủ ngon đang nằm trên chiếc bàn cạnh giường. Ofelia giơ nó lên cửa sổ, để cho chất lỏng màu hổ phách đón được đôi chút ánh sáng bình minh.

Chúa với trí tuệ vô biên của Người đã đặt giải pháp vào đôi tay chúng ta.

Ofelia đặt cái chai vào trong cái vali mà Mercedes đã xếp vài bộ quần áo của mẹ cô vào đó, rồi cầm chỗ sách của mình lên. Có một cái vali khác trên chiếc bàn nơi mẹ cô thường dùng trà, và bên dưới ô cửa sổ là chiếc xe lăn.

Bởi chỉ khi không có sự hiển linh của Người mà vị trí Người ngự trị trong cõi lòng chúng ta mới lại được xác nhận.

Trong lúc Ofelia đang nhìn đăm đăm về phía chiếc ghế trống không, hai con quạ bay vụt qua cửa sổ, thật xinh đẹp, thật tự do. Mẹ cô đã đi đâu mất rồi? Lúc này có phải bà đang ở cùng với cha cô không? Liệu cha có tha thứ cho mẹ vì bà đã chết khi sinh hạ đứa con cho một người đàn ông khác không?

Ofelia quay lưng lại với cửa sổ.

Không. Chẳng có Chúa trời nào hết. Chẳng có phép thuật nào cả.

Chỉ có mỗi Tử Thần.

31

MÈO VÀ CHUỘT

Đêm tối đã trùm xuống, bao bọc những phần cuối cùng còn sót lại của ban ngày trong lớp áo tang màu đen. Mercedes đang ở trong phòng Vidal, ôm con trai của hắn, đứa trẻ sơ sinh mồ côi mẹ, ước gì thằng bé cũng sẽ mồ côi cả cha nữa, ước gì nó không bao giờ phải gặp gã đàn ông đang tựa người lên bàn, không hề đau đớn hay xúc động trước cái chết của vợ mình. Mercedes chưa từng biết cha mình là ai, nhưng khi nhìn người cha này, chị tự cho rằng mình thật may mắn. Con trai của hắn sẽ trở thành một người như thế nào khi phải lớn lên trong bóng tối khủng khiếp đến thế này?

Chị dịu dàng đặt cậu bé vào lại trong nôi rồi đắp lên người nó một tấm chăn. Cha nó đang cầm một trong những chiếc đĩa hát mà hắn thường bật cả ngày và nhiều giờ mỗi đêm. Đến giờ, Mercedes nghe thấy tiếng nhạc đó cả trong những giấc mơ. Đôi tay hắn thật dịu dàng khi cầm chiếc đĩa hát, đến nỗi người ta gần như có thể thuyết phục bản thân rằng hắn sử dụng một đôi bàn tay khác để đập vỡ xương của Tarta và bắn ông bác sĩ từ phía sau. Chị nhớ Ferreira. Ông đã là người duy nhất ở nhà máy xay mà chị có thể tin tưởng.

"Cô biết bác sĩ Ferreira khá rõ đúng không, Mercedes?"

Vidal dùng tay áo bộ đồng phục của mình để lau chiếc đĩa, bộ đồng phục mà chị đã phải chà rửa hàng giờ mới gột sạch được máu.

Đừng tỏ ra sợ hãi, Mercedes.

"Tất cả chúng tôi đều biết ông ấy, thưa *señor*. Tất cả mọi người ở quanh đây."

Hắn chỉ nhìn chị. Ôi, đến giờ thì chị đã biết quá rõ trò chơi của hắn rồi. *Đừng lộ ra chút sợ hãi nào, Mercedes ạ.*

"Thằng cà lăm có nhắc đến một kẻ báo tin," hắn nói bình thản như thể họ đang thảo luận xem sẽ dùng gì cho bữa tối. "Ngay đây... tại nhà máy xay này. Cô có tưởng tượng được không?" Cánh tay hắn sượt qua chị khi hắn bước qua. "Ngay dưới mũi ta."

Mercedes nhìn chằm chằm xuống chân. Chị không thể cảm nhận được chân mình nữa. Nỗi sợ khiến chúng tê liệt. Vidal đặt chiếc đĩa lên máy hát.

Đừng nhìn hắn. Hắn sẽ thấy - hắn sẽ biết!

Cơn hoảng loạn khiến cổ họng chị nghẹn lại, và chị càng cố nuốt mạnh, nỗi sợ càng giống như một sợi dây thừng thắt lấy cổ chị. Phía sau, đứa bé bắt đầu cất tiếng ọ ẹ khe khẽ, gần như bị nghẹt lại, như thể nó vẫn chưa biết cách để khóc.

"Mercedes, nhờ cô," Vidal vẫy chị tới chiếc ghế đặt trước bàn của hắn.

Thật khó để khiến đôi chân chuyển động, dù cho chị biết rằng chỉ một thoáng lưỡng lự cũng sẽ khiến mình bị bại lộ. Mà có lẽ giờ cũng đã quá muộn rồi. Có lẽ Tarta đã khai tất cả về bọn họ. Tarta tàn phế tội nghiệp.

"Cô nghĩ gì về ta?" Vidal đổ đầy cốc thứ rượu brandy mà hắn cất trong ngăn kéo dưới cùng. Con mèo đang vờn con chuột; Mercedes đã biết hắn quá lâu để có bất cứ ảo tưởng nào về kết quả của trò chơi này. Nỗi sợ lấp đầy cổ họng chị bằng thuỷ tinh vỡ khi chị ngồi nghiêng người để không phải đối mặt với Vidal. Và để giữ ảo tưởng rằng chị có thể nhảy bật dậy và chạy đi.

"Cô hẳn đang nghĩ ta là một con quái vật." Hắn giơ cái cốc ra cho chị.

Đúng! Chị muốn hét lên. *Đúng vậy! Vì ngươi đúng là như thế.* Nhưng môi chị đã xoay xở để nói ra được những từ mà hi vọng là hắn sẽ muốn nghe:

"Một kẻ như tôi có nghĩ gì cũng đâu quan trọng, thưa *señor*."

Chị nhận lấy cái cốc gần như là vội vã, hi vọng rằng hắn sẽ không để ý thấy bàn tay đang run rẩy của mình. Hắn đổ đầy một cái cốc khác cho bản thân rồi uống gọn món rượu brandy. Mercedes vẫn chưa động vào cốc của mình. Làm sao chị có thể uống khi đống thuỷ tinh vỡ vẫn nằm trong họng chứ? *Hắn biết rồi...*

"Ta muốn cô mang cho ta thêm chút rượu. Từ trong nhà kho." Hắn ấn nút bần vào miệng chai. "Nhé."

"Vâng, thưa *señor*." Mercedes đặt cái cốc còn nguyên của mình lên bàn. "Chúc ngủ ngon, *señor*."

Chị đứng dậy.

"Mercedes..."

Con chuột tội nghiệp. Con mèo luôn cho nó cái khoảnh khắc đầy hi vọng đó.

"Chẳng phải cô quên điều gì đó sao?"

"Sao ạ, *señor*?" Chị chầm chậm quay lại, một con ruồi bị dính trong hổ phách, nhựa cây đang cứng dần lại quanh chị.

Hắn mở ngăn kéo bàn trên cùng ra.

"Chìa khoá." Hắn giơ nó lên. "Ta giữ cái duy nhất, đúng không nào?"

Nỗi kinh hoàng khiến cổ chị cứng đờ lại, nhưng chị vẫn cố gắng gật đầu được. "Vâng, *señor*."

Hắn đứng dậy khỏi ghế, nâng lên hạ xuống chiếc chìa khoá trên bàn tay trong lúc đi quanh bàn.

"Cô biết không, có một chi tiết kì lạ cứ khiến ta lấn cấn mãi. Có lẽ nó không quan trọng nhưng..." Hắn dừng lại ngay trước mặt chị. "Vào ngày lũ phản động xông vào kho thóc với đống lựu đạn và thuốc nổ của chúng... ổ khoá lại không hề bị phá."

Chị phải dồn toàn bộ lòng dũng cảm để đáp lại cái liếc nhìn của hắn. Toàn bộ.

"Như ta đã nói." Đôi mắt hắn đen như họng khẩu súng lục mà hắn đã dùng để bắn Ferreira. "Có lẽ việc này không có gì quan trọng."

Hắn siết những ngón tay quanh tay chị khi trao cho chị chiếc chìa khoá, những ngón tay của hắn đã dùng búa đập nát Tarta.

"Hãy thật cẩn thận đấy."

Con mèo rõ ràng là chưa muốn vội kết thúc trò chơi. Còn lí do nào khác khiến hắn cảnh báo chị chứ? Phải. Hắn muốn nhìn thấy chị bỏ chạy rồi bắn vào lưng chị như đã làm với Ferreira. Hoặc đuổi bắt chị như một con nai sau khi đã lùa chị ra khỏi bụi cây mà chị đang trốn.

Vidal nới lỏng tay, đôi mắt vẫn nhìn vào chị.

"Chúc ngủ ngon, *señor*." Chị lại một lần nữa quay đi, ngạc nhiên vì đôi chân vẫn còn nghe lệnh mình. *Bước đi nào, Mercedes!*

Vidal nhìn chị bỏ đi. Tất cả lũ mèo đều thích thú với việc để cho con chuột chạy thoát. Trong một thời gian. Sau khi chuột đã thấy được móng vuốt của mèo.

Hắn bước về phía máy quay đĩa rồi đặt kim lên chiếc đĩa hát. Người ta đáng lẽ có thể nhảy múa trước thứ âm nhạc này. Rất thích hợp, vì hắn lại vừa khởi xướng một điệu nhảy chết người nữa và lần này, con mồi đặc biệt xinh đẹp.

Vidal tiến lại gần cái nôi rồi nhìn xuống con trai mình.

Người phụ nữ đã hạ sinh ra cậu bé cũng rất xinh đẹp, nhưng Mercedes lại mạnh mẽ hơn. Điều đó có nghĩa rằng sẽ vui thú hơn nhiều khi phá huỷ cô ta, chắc chắn sẽ thú vị hơn nhiều việc tra tấn cái thằng cà lăm hay bắn lão bác sĩ ngu ngốc cao quý kia. Và giờ thì hắn đã có một đứa con trai. Một người để hắn dạy bảo về lẽ sống cuộc đời.

Hắn sẽ dạy cho nó vũ điệu tàn bạo của cuộc sống. Từng bước một.

32

KHÔNG CÓ GÌ CẢ

Mặc dù Mercedes khao khát được chạy đi, nhưng chị lại bước xuống cầu thang, lo sợ rằng hai đầu gối đang run rẩy sẽ khiến chị vấp ngã. Tên *capitán* không đi theo chị, chưa theo, nhưng sẽ không còn nhiều thời gian nữa.

Chị đẩy viên gạch trên sàn nhà bếp sang một bên rồi lấy ra tập thư mới nhất mà chị đã được giao phó để chuyển cho những người ở trong rừng, các lá thư từ những người mẹ, người cha, người chị em, người tình. Một giọng phụ nữ vọng xuống từ căn phòng của Vidal, khẽ hát về tình yêu và nỗi giày vò mà nó đem lại, như thể hắn đang châm chọc chị bằng thứ âm nhạc của mình, mỗi nốt nhạc lại là một đầu mũi dao ấn vào cổ họng chị.

Hắn biết rồi.

Phải, hắn đã biết, và chị sẽ có kết cục giống như Ferreira, mặt úp xuống bùn - mặc dù có thể Vidal sẽ muốn chị chết khi nằm ngửa giống như mẹ của Ofelia hơn, trong lúc sinh cho hắn thêm đứa con trai nữa. Trong một lúc, Mercedes cứ thế đứng trong căn bếp tối tăm, bị giữ chân bởi bài ca đang vọng xuống từ phía trên, như thể những ngón tay của hắn vẫn đang tóm lấy bàn tay chị, những ngón tay giết người be bét máu đó.

Đi nào, Mercedes. Hắn không thể trói buộc ngươi bằng một ca khúc được. Phải. Nhưng chị không thể bỏ lại đứa bé gái được. Chừng nào còn chưa nói được lời từ biệt với cô bé.

Ofelia đang ngủ say, dù cho đêm chỉ vừa mới chớm, khi Mercedes lẻn vào căn phòng áp mái, đêm đám tang của mẹ cô bé. Nỗi sầu khổ khiến trái tim kiệt quệ. Tiếng nhạc của Vidal nhấn chìm âm thanh cọt kẹt đầy phản trắc của cánh cửa và tiếng bước chân của Mercedes khi chị tiến lại gần chiếc giường. Trong phần lớn thời gian, dường như nhà máy xay cũ kĩ này ủng hộ đám binh lính, nhưng đôi khi Mercedes lại thấy ngôi nhà cổ trở thành bạn của mình.

"Ofelia! Ofelia, dậy đi!"

Mercedes tóm lấy vai cô bé trong lúc mắt vẫn không rời khỏi cánh cửa. "Ofelia!" *Làm ơn hãy dậy đi, làm ơn...*

Mí mắt của cô bé, nặng trĩu vì ngái ngủ, cuối cùng cũng mở ra. Mercedes cúi xuống người cô, nắm chặt lấy bàn tay cô.

"Cô phải đi đây, Ofelia."

Đôi mắt mở to, đôi mắt thật xinh đẹp, đẹp như mắt của mẹ cô bé vậy, nhưng vẻ đẹp là một món quà nguy hiểm trong thế giới này.

"Cô định đi đâu?"

"Cô không thể nói cho cháu biết được. Cô không thể."

Mercedes lại liếc nhìn cánh cửa. Tiếng nhạc vẫn lọt vào trong phòng, như thể Vidal đang giăng tơ vào màn đêm.

"Hãy đưa cháu đi cùng với cô!" Ofelia tóm lấy cánh tay chị. "Xin cô đấy!"

"Không, không!" Mercedes thì thầm, vuốt ve gương mặt đang hoảng hốt. "Cô không thể!"

Cô bé quàng tay quanh cổ của Mercedes. Cô còn quá nhỏ để phải đơn độc trong thế giới này, quá nhỏ.

Mercedes hôn lên mái tóc cô, đen óng như tóc của chính chị, rồi ôm lấy cô trong vòng tay như cái cách mà chị từng một thời ao ước được ôm một cô con gái của chính mình. "Cô không thể, bé yêu! Cô sẽ quay lại đón cháu, cô hứa đấy."

Nhưng Ofelia không chịu buông ra. Cô ôm chặt đến nỗi Mercedes cảm nhận được nhịp tim của cô.

"Hãy đưa cháu đi cùng đi!" Cô bé nài nỉ. "Đưa cháu đi cùng đi mà!" Lặp đi lặp lại.

Ai lại có thể từ chối trước một sự cô độc đến vậy chứ?

* * *

Lập bập bước đi qua màn đêm, họ men theo con suối, rùng mình dưới cơn mưa giá lạnh đang ào ào trút xuống. Cái dù cũ mà Mercedes vớ được gần như chẳng thể che chắn họ khỏi mưa. Có một lần, chị đã tin rằng mình nghe thấy tiếng bước chân của Ferreira ở phía sau và phải tự nhắc nhở bản thân rằng ông đã chết, giống như Tarta và rất nhiều người khác. *Chết*. Liệu có phải cái từ đó đang phần nào trở nên chân thực hơn với mỗi lần người ta phải gắn nó với một người mà họ yêu thương?

"Đợi đã!" Mercedes dừng lại, cánh tay chị ghì chặt lấy vai Ofelia.

Chị cho rằng mình có thể nghe thấy tiếng khụt khịt mũi của ngựa, nhưng khi chăm chú lắng nghe vào màn đêm, tất cả những gì chị có thể nghe được chỉ là màn mưa đập đồm độp lên cây cối và nhỏ tong tỏng từ những cái lá phía trên đầu.

"Không có gì đâu!" Chị thì thầm, ép người Ofelia vào mạng sườn mình. "Đừng lo. Đi thôi."

Nhưng trò chơi đã kết thúc.

Khi Mercedes quay người lại, nâng dù lên, chị nhìn thẳng vào mặt của Vidal. Garces đứng phía sau hắn cùng ít nhất hai mươi binh sĩ khác. Làm sao mà chị lại không nghe thấy tiếng chúng nhỉ? Màn đêm lúc nào cũng ở phe của kẻ đi săn.

"Mercedes." Vidal biến tên của chị thành sợi xích quấn quanh cổ chị. Hắn để cho ánh nhìn của mình lang thang trên gương mặt chị, gương mặt đang cứng đờ vì kinh hãi, rồi xuống tới đứa bé gái.

"Ofelia."

Hắn chẳng buồn cố gắng che giấu đi sự căm ghét.

Hắn tóm lấy cánh tay cô bé và để Mercedes cho Garces xử lí.

Chúng sẽ giết cô ấy mất. Đó là tất cả những gì Ofelia nghĩ đến, trong lúc Sói lôi cô trở về nhà máy xay, băng qua rừng, qua khoảng sân đầy bùn đất, vào trong nhà, nơi mẹ cô đã qua đời. *Chúng sẽ giết Mercedes giống như chúng đã giết mẹ.*

Sói lôi cô lên tầng với đôi tay bằng thép. Hắn gọi một trong các binh lính của mình đến canh cửa rồi thô bạo tống cô vào trong phòng.

"Mày biết về con ả đó bao lâu rồi?"

Hắn tát vào mặt Ofelia. Gương mặt cô vẫn còn ướt nước mưa, hay thứ mà cô đang cảm thấy trên má mình là nước mắt nhỉ? Chẳng quan trọng nữa. Những giọt mưa cũng là nước mắt. Cả thế giới đang kêu khóc.

"Mày đã cười nhạo tao được bao lâu rồi, con oắt phù thuỷ?"

Sói lắc người cô và Ofelia cảm nhận thấy khao khát được làm nhiều hơn của hắn. Phá huỷ cô. Chém cô như một trong những con thỏ mà đầu bếp chuẩn bị trong bếp cho hắn và đám người của hắn. Cuối cùng, hắn thả cô ra với một lời nguyền rủa thô tục rồi cởi bỏ mũ, nặng nề hít thở, vuốt thẳng lại tóc. Lần đầu tiên lớp mặt nạ của hắn có vết nứt và nó khiến Ofelia kinh hoàng hơn cả cơn giận của Thần Nông. Sói sẽ không bao giờ tha thứ cho việc cô đã nhìn thấy hắn yếu đuối – cũng như hắn sẽ không tha thứ cho việc cô không nói gì với hắn về Mercedes.

"Coi chừng nó đấy!" Hắn quát tên lính đứng canh cửa. "Và nếu có bất cứ kẻ nào định xông vào" – hắn đội lại mũ lên đầu, chỉnh mũ ngay ngắn, khép vết nứt lại – "thì cứ giết nó trước."

Má Ofelia nhức nhối như thể cái tát đã làm rách da cô. Cô bắt đầu khóc ngay khoảnh khắc Sói đóng cửa lại, nước mắt đầm đìa: khóc cho mẹ cô, cho Mercedes, và cho chính bản thân mình.

33

CHỈ LÀ MỘT NGƯỜI PHỤ NỮ

Và chị ở đó, bị trói vào thanh xà dính máu Tarta trong lúc một ngày mới đang bừng lên ngoài kia. Mercedes không nhìn Garces khi hắn siết sợi dây thừng rồi trói hai bàn tay chị phía trước mặt, đúng cái cách mà chúng đã trói Tarta.

Vidal đang bận lục soát túi của chị. Hắn đã tháo găng tay ra. Hắn thường làm thế khi hỏi cung tù binh. Quá khó để có thể cọ sạch máu khỏi lớp da thuộc. Mercedes biết điều đó. Chị đã làm điều đó một vài lần.

"Chorizo[1]..." Hắn ném khúc xúc xích xuống mặt đất. "Cái này không phải chỉ để nuôi ăn mày và con bé đó, đúng không? Và chắc chắn là mày không lấy cắp thứ này cho con bé." Hắn hít ngửi một gói đồ nhỏ. "Loại thuốc lá thượng hạng nhất của tao. Đáng ra mày nên hỏi xin đàng hoàng. Tao đã có thể cho mày, Mercedes ạ."

(1) Một loại xúc xích thịt lợn của Tây Ban Nha.

Garces mỉm cười rồi thít một nút thắt nữa, trong lúc tên *capitán* của hắn dùng tay gạt gạt những bức thư mà chị định chuyển đến cho những người ở trong rừng.

"Ta muốn tên của những kẻ đã viết ra mấy thứ này. Ta muốn có chúng vào ngày mai." Hắn trao tập thư cho Garces.

"Vâng, thưa *Capitán*."

Sao chị lại không để những bức thư lại nhỉ? Giờ thì đám binh lính sẽ truy tìm những người thân đó... Chẳng điều gì có thể khiến đội quân ở trong rừng phải đau đớn hơn thế. Tất cả những lời lẽ yêu thương đó sẽ trở thành vũ khí chống lại những người mà đáng ra chúng phải an ủi.

Mercedes cố gắng kìm nước mắt lại. Nỗi tuyệt vọng dâng trào như thứ nước nhiễm độc trong trái tim chị. Tình yêu thật là một cái bẫy hiệu quả đến khủng khiếp, và sự thật tàn độc nhất về chiến tranh là rằng nó khiến yêu thương trở thành một sự mạo hiểm chết người. *Chúng tao sẽ giết mẹ mày. Chúng tao sẽ cưỡng hiếp chị em mày. Chúng tao sẽ đập vỡ xương anh em mày...*

Mercedes ngả đầu tựa lên lớp gỗ nát vụn. Giờ chúng có giết chị thì cũng có sao chứ? Chị đã sợ hãi chuyện này quá lâu rồi. Trái tim chị đã quá mệt mỏi vì sợ hãi, đến nỗi nó chẳng còn cảm giác gì trừ nỗi hối hận về những bức thư và sự thương xót với những con người sẽ sớm nghe thấy tiếng gõ trên cửa nhà mình.

Vidal cởi khuy chiếc áo sơ mi mà chị đã giặt và là cho hắn. Đã bao nhiêu lần chị nguyền rủa vết bẩn do máu của một ai đó để lại? Liệu máu của chị có dính lên ống tay áo hắn hay hắn sẽ cởi áo ra nhỉ? Phải, cứ nghĩ về việc giặt những cái áo đi, Mercedes. Đừng để tâm trí có thời gian nghĩ về những gì hắn sẽ làm với ngươi.

"Ngươi đi được rồi, Garces."

Chị không dám chắc về điều mà mình cảm nhận được trong ánh nhìn của Garces. Một số binh lính không thích tra tấn phụ nữ. Nhưng tên *capitán* của gã thì không có chút nào sự lưỡng lự đó. Chị ngờ rằng hắn còn thích thú với việc đó hơn là tàn phá đàn ông.

"Ngài chắc chứ, *Capitán*?"

Mercedes không thể nhớ nổi đã nghe thấy Vidal cười bao giờ chưa. "Vì Chúa! Nó chỉ là một con đàn bà thôi mà."

Mercedes nhìn đăm đăm vào những bức tường gỗ của kho thóc. Đó sẽ là thứ cuối cùng mà chị nhìn thấy. Những dẻ sườn đã chết của cây cối, trong khi khu rừng đang sống bên ngoài lại vượt quá tầm tay. Garces đóng cửa kho thóc lại phía sau.

"Đó là điều mà ngươi luôn nghĩ. Chính vì thế ta mới không bị lộ. Đối với ngươi, ta vô hình."

Mercedes vẫn tiếp tục nhìn chằm chằm vào tường, để kẻ bắt giữ không thấy được nỗi sợ trong đôi mắt chị. Nhưng Vidal đã bước đến bên cạnh và tóm lấy cằm chị, buộc chị phải nhìn lên phía hắn.

"Khốn kiếp. Mày đã tìm ra điểm yếu của tao. Lòng kiêu hãnh." Hắn soi xét gương mặt chị như thể nó là một miếng thịt đẹp đẽ. Hắn có toàn quyền để khiến nó đổ máu. "May mắn thay đó là điểm yếu duy nhất."

Đồ dối trá. Mercedes cảm thấy những ngón tay hắn đang ấn vào hai má mình. Hắn thích thú với sự bất lực của chị, hắn tận hưởng việc biến vẻ đẹp của chị thành một thứ mà mình có thể sở hữu bằng cách phá huỷ nó.

"Còn giờ thì cùng tìm hiểu về điểm yếu của *mày* nào."

Vidal buông mặt chị ra rồi sải bước đến chiếc bàn để dụng cụ của mình.

"Rất đơn giản thôi," hắn bắt đầu, quay lưng lại với chị trong lúc cầm búa lên. "Đương nhiên là mày sẽ khai..." Hắn đặt búa lại lên bàn, khảo sát những dụng cụ khác như thể không biết chắc nên sử dụng cái nào. "Nhưng tao cần phải biết rằng mọi điều mày nói" – hắn cầm lên một cái móc sắt, dịu dàng ngắm nghía nó – "đều là sự thật."

Cứ nói tiếp đi, Mercedes cầu nguyện trong lúc những ngón tay lặng lẽ lần tìm con dao giấu trong tạp dề. Liệu nó có đủ sắc không? Đủ sắc để cắt dây thừng thay vì cà rốt và hành tây?

"Phải, mày sẽ khai. Chúng tao có một vài thứ ở đây chỉ dùng để phục vụ mục đích đó." Hắn vẫn đang quay lưng lại với chị.

Mercedes chắc chắn rằng Tarta cũng đã phải nghe cùng một bài diễn văn như vậy. Vidal rất thích huênh hoang. Xét cho cùng, một tên *capitán* đồn trú tại nhà máy xay bỏ hoang nằm giữa một khu rừng vùng Galicia chẳng có gì nhiều nhặn để mà khoe khoang ngoài sự tàn nhẫn của bản thân. Lòng kiêu hãnh ư? Không, là tính tự phụ - *đó* mới là điểm yếu của hắn: sự thôi thúc liên tục phải chứng tỏ với bản thân và với những kẻ khác rằng chẳng có gì và chẳng ai có thể chống lại được hắn và rằng trái tim hắn không biết đến dù là sợ hãi hay thương hại. Dối trá. Hắn sợ hãi mọi thứ. Đặc biệt là bản thân mình.

Mercedes không rời mắt khỏi lưng Vidal trong lúc cắt từng thớ dây thừng.

"Chúng tao không dùng thứ gì đặc biệt cả... không cần thiết. Cứ làm nhiều là sẽ biết về những thứ này thôi."

Ồ phải, hắn thích nghe thấy giọng của chính mình. Hắn tự hào về việc hắn có thể giữ cho nó thật điềm tĩnh trong khi tim đang đập nhanh vì giận dữ hoặc phấn khích. Mercedes chắc chắn rằng nó đang đập nhanh hơn trước viễn cảnh được đập cái búa đó lên gương mặt mà hắn đã nhìn ngắm quá thường xuyên, lên đôi tay mà hắn đã suồng sã chạm vào mỗi lần chị lại gần. Vô hình. Phải. Mercedes, chị gái của Pedro và một đứa em gái khác đã mất khi còn quá nhỏ, con gái của hai vị phụ huynh đã qua đời từ lâu... Con người thật sự của chị vẫn đang vô hình trước hắn. Nhưng Vidal đã luôn chú ý tới vẻ đẹp của cơ thể chị.

Đây rồi. Chị đã cảm thấy lưỡi dao chạm vào da mình.

Hai tay chị đã được tự do. Nhưng vẫn còn thứ khác cần phải cắt.

"Đầu tiên..." Vidal giơ một cái kìm lên. "Được, cái này ổn đấy." Hắn vẫn chưa quay đầu lại.

Mercedes lặng lẽ nới lỏng sợi dây quấn quanh hai chân. Hai bàn chân thục sâu vào đống rơm trong lúc chị rón rén bước về phía kẻ bắt giữ.

Chị cắm con dao qua lớp áo trắng vào lưng hắn. Chị vận toàn bộ sức lực còn sót lại, nhưng lưỡi dao mỏng lại quá ngắn, thịt và cơ lại không dễ cắt như những sợi thừng. Vidal rền rĩ rồi tóm chặt lấy vết thương, trong lúc Mercedes vấp váp lùi lại, cố gắng hít thở. Chị chưa từng đâm dao vào da thịt con người và vũ khí của chị có cảm giác cũng mỏng manh yếu ớt như cơ thể chị vậy.

Khi Vidal cuối cùng cũng quay người lại đối mặt với chị, đôi mắt hắn mới mở rộng đầy hoài nghi làm sao. Chỉ là một người phụ nữ. Lần này Mercedes đâm con dao vào ngực hắn. Hắn gục xuống khi chị giật con dao ra, nhưng chị lại nhắm trúng phần dưới vai, còn quá cao để tới tim hắn – ấy là nếu hắn có tim – mà con dao lại quá ngắn. Mercedes đẩy dao thêm lần nữa, dù cho những ngón tay chị đã trơn tuột vì máu của Vidal. Lần này con dao đi vào giữa đôi môi đang hé ra của hắn, và Mercedes ấn lưỡi dao vào khoé miệng hắn.

"Ngươi thấy chưa? Ta không phải là một lão già nào đó, *hijo de puta*," chị rít lên với hắn. "Hay một tù nhân bị thương."

Chị rạch dao lên đến tận má hắn. Rồi chị nhìn xuống gã đàn ông đang quỳ trên hai đầu gối, tay ấn vào cái miệng đang chảy máu.

“Đừng có động đến con bé.” Chị gần như không nhận ra nổi giọng của chính mình. “Ngươi sẽ không phải là con lợn đầu tiên mà ta moi ruột đâu.”

Hai đầu gối chị thì lại nói một thứ tiếng khác. Toàn bộ nỗi sợ hãi của chị dường như dồn cả lên chúng, nhưng chị đã ra được đến cửa kho thóc và kéo nó mở ra. Mercedes thậm chí còn không nhận ra rằng mình vẫn đang cầm con dao dính máu trong tay khi bước ra ngoài. Chị đã kịp giấu lưỡi dao vào lại trong tạp dề rồi bắt đầu bước đi. Băng qua các binh lính trong sân. Không ai trong số chúng để ý đến chị.

Vô hình.

Chỉ có một kẻ quay đầu lại. Một sĩ quan. Serrano. Gã nhìn theo chị, nhưng Mercedes vẫn tiếp tục bước đi. Radio đang bật om sòm phía trước dãy chuồng ngựa, thông báo những con số chiến thắng của loại xổ số mà bà đầu bếp vẫn luôn dồn tiền vào mua.

Cứ đi tiếp đi.

“Này, mày thấy gì không?” Serrano gọi Garces, kẻ đang nhăn nhó vì thất vọng trước những tấm vé số của đám quân nổi dậy mà gã đang giữ sau khi nhặt được chúng ở trong rừng. “Mày có tin được không?”

Mặt Serrano đờ ra vì kinh ngạc. “Ông ta để cho con ả đi kìa.”

Gã chỉ vào Mercedes. Garces vo viên tờ vé số trong tay rồi ném nó xuống đất. "Mày đang nói cái quái gì đấy?"

Mercedes bước đi nhanh hơn. Chị cảm nhận được ánh mắt của Garces trên lưng mình. Có thể gã không thích thú với việc tra tấn nhiều như tên *capitán* của mình, nhưng chắc chắn là gã không ngại phải giết người.

"Này!" Gã gọi với theo chị. "Mày! Đứng lại!"

Mercedes bắt đầu chạy.

Ôi, thật quá dễ dàng.

Garces lôi khẩu súng lục ra khỏi bao.

Dễ dàng hơn nhiều so với việc đập búa vào một tù binh bị trói.

Gã ngắm bắn cẩn thận hệt như cha của Ofelia luồn chỉ qua lỗ kim vậy.

"Bắt lấy nó, Garces!"

Nhưng Garces đã quên bẵng mất Mercedes. Gã hạ súng xuống rồi trân trối nhìn tên *capitán* của mình lập bập bước ra khỏi nhà kho như một gã say xỉn, áo thấm đẫm máu, bàn tay bịt lên miệng.

"Đi đi!" Thật khó để hiểu được Vidal đang nói gì với cái tay bịt trên miệng. "Đem nó đến cho tao!"

Garces không nhúc nhích. Gã chỉ đứng đó đăm đăm nhìn máu rỉ qua những ngón tay của Vidal. "*Capitán*, sao lại..."

"Mang nó đến đây cho tao, khốn kiếp!"

Lần này thì bàn tay đã hạ xuống. Cái mồm đang hét vào Garces há ngoác ra đến tận má trái của Vidal.

Thật không dễ dàng gì để rời mắt khỏi cái nụ cười xếch mép máu me đó, nhưng cuối cùng Garces cũng hạ được ánh nhìn xuống.

"Lên ngựa!" Gã hét lên với đám binh lính của mình.

Mercedes chỉ vừa tới bìa rừng thì nghe thấy tiếng Garces gào lên ra lệnh. *Tại sao ngươi lại không giết hắn khi có cơ hội chứ?* Chị tự hỏi bản thân khi quay lại và nhìn thấy Vidal. Nếu có một con dao tốt hơn, hẳn là chị sẽ làm điều đó. Phải, chị sẽ làm. Chị tiếp tục vấp váp băng qua đống dương xỉ ướt đẫm, những cái lá lược của chúng cọ vào da và quần áo chị. Mercedes đã không còn chạy như thế này kể từ khi còn là một cô bé, và hồi đó chị chạy là vì niềm vui khi chạy.

Niềm vui. Cảm giác như thế nào nhỉ? Chị không nhớ nổi nữa...

Chẳng bao lâu sau, chị đã phải tựa vào một thân cây để thở, dù cho đã nghe thấy tiếng ngựa khụt khịt mũi phía sau lưng, vó ngựa giậm xuống nền dương xỉ, các kị binh thì gào thét. Chúng quá đông, còn chị thì vẫn liên tục trượt chân trên những rễ cây và đá tảng trong lúc chúng tiến ngày càng đến gần.

Một khoảng trống lộ ra giữa đám cây. Những thân cây thông cao vút đứng thành một vòng tròn rộng như thể đã tập hợp lại để chứng kiến cái chết của chị. Đám binh lính cưỡi ngựa vây quanh Mercedes khi chị mới băng qua được phân nửa khoảng trống. Mái tóc xổ tung, chị cảm thấy mình nhỏ bé và yếu ớt như một đứa trẻ vậy.

Garces nở nụ cười xuống phía chị, ánh mắt gã cùng một lúc thể hiện sự mỉa mai và ngưỡng mộ. Tất cả phụ nữ đều là con mồi. *Nhìn cô ta đi,* đôi mắt của Garces như đang thốt lên. *So với một con hầu thì khá xinh đẹp đó chứ.* Gã trấn tĩnh con ngựa của mình, vuốt vuốt cổ nó như thể đó là cổ chị vậy. Gã từ tốn xuống khỏi yên ngựa. Gã đang tận hưởng chuyện này. Cuộc vui mới chỉ bắt đầu thôi.

"Suỵttt," gã kêu lên trong lúc bước đi về phía chị, hai bàn tay giơ lên với vẻ mềm mỏng như thể đang trấn an một đứa trẻ.

Mercedes vẫn luôn tin rằng Garces không tàn nhẫn như Vidal, nhưng điều đó có quan trọng gì chứ? Gã cũng là một trong số chúng. Chị với tay lấy con dao. Lưỡi dao vẫn còn đỏ màu máu của tên *capitán* khi chị chĩa nó về phía Garces.

Garces cởi mũ quân phục, vẫn mỉm cười như thể đang ve vãn chị. "Cô định đâm ta sao? Với con dao bé xíu đó à?"

Ôi, chị mới ao ước được là đàn ông biết bao.

"Sẽ tốt hơn nếu cô đi với chúng ta mà không kháng cự. *Capitán* nói nếu cô ngoan ngoãn..." Giọng một gã đàn ông có thể biến thành tiếng gừ gừ của mèo khi hắn săn đuổi phụ nữ mới gớm làm sao.

Mercedes ép lưỡi dao vào cổ họng mình. Tarta đã không có được cơ hội đó. Tarta tội nghiệp.

“Đừng có ngốc nghếch thế, bé yêu.” Garces tiến thêm một bước về phía chị.

Mercedes ấn mạnh con dao vào cổ đến nỗi chị có thể cảm thấy lưỡi dao cứa vào da mình. Garces vẫn tiếp tục bước tới.

“Nếu có bất cứ kẻ nào định giết cô,” gã rên rừ rừ, “ta sẽ muốn kẻ đó là ta.”

Gã vẫn đang mỉm cười với chị khi gã chết.

Viên đạn bắn trúng vào lưng gã. Những tên khác định tháo chạy, nhưng dần dần, từng tên một gục xuống, trong lúc Mercedes vẫn đang ấn dao vào cổ. Hai tai chị ù đi bởi tiếng súng và tiếng gào thét khi cuối cùng chị cũng hạ con dao xuống. Xung quanh, những con ngựa hoảng loạn trượt chân trên nền cỏ, hất ngã đám kị binh xuống chân chị, và khoảng rừng trống la liệt những xác người đang chết dần.

Mercedes không biết được liệu có bất kì binh lính nào chạy thoát được không. Nếu có thì cũng không nhiều. Chị chỉ thấy vài con ngựa phi nước đại vào trong rừng, lần đầu tiên trong cuộc đời được trở nên hoang dã và tự do. Và rồi Pedro ở đó. Khi cậu em trai tiến bước về phía mình, theo sau là quân của anh, chị có cảm giác như anh vừa hiện ra từ một giấc mơ, một giấc mơ tuyệt vời để thay đổi. Anh ôm chị vào lòng, và Mercedes bật khóc trong lúc ôm chặt lấy anh, sướt mướt trên vai anh, cứ khóc, khóc mãi, trong khi đội quân của anh bắn những binh lính vẫn còn đang cựa quậy giữa đám dương xỉ bị giày nát.

Tiếng súng bắn và tiếng nức nở... âm thanh của thế giới. Chắc chắn phải còn nhiều hơn thế, nhưng Mercedes đã quên mất rồi. Chị ôm lấy Pedro và dường như sẽ chẳng bao giờ có thể nín khóc.

NGƯỜI THỢ MAY THOẢ THUẬN VỚI TỬ THẦN

Tại A Coruña từng một thời có chàng thợ may trẻ tên Mateo Hilodoro sinh sống. Anh có cuộc hôn nhân hạnh phúc với Carmen Cardoso, người phụ nữ anh đem lòng yêu mến từ thuở ấu thơ. Anh cảm giác như mình là người đàn ông giàu có nhất trên thế giới khi cô sinh hạ con gái của họ, anh yêu thương cô bé không kém gì vợ mình. Họ đặt tên cô bé là Ofelia. Mateo tự tay may toàn bộ quần áo cho Ofelia và làm áo váy cho những con búp bê của cô bé, phỏng theo những bộ đồ mà các nàng công chúa trong những cuốn truyện cổ tích của cô bé mặc.

Mateo Hilodoro quả thực là một người rất hạnh phúc. Nhưng vào đêm sinh nhật Ofelia, bàn tay anh phả cái bóng hình đầu lâu lên tấm vải lanh màu xanh lục mà anh đang cắt để may một bộ váy mới cho cô bé. Hilodoro bước lùi lại khỏi bàn làm việc và thấy Tử Thần đang đứng phía sau mình. Gương mặt Nàng trắng bệch như bộ váy Nàng mang.

"Mateo," Nàng cất tiếng. "Thời khắc của ngươi đã điểm. Vương hậu của Vương quốc Lòng đất cần một thợ may, và người đã chọn ngươi."

"Hãy nói với người là tôi chẳng tài giỏi gì!" Anh nài nỉ. "Hãy nói với người là đôi tay tôi run rẩy và những đường may của tôi bị bục chỉ sau có vài ngày!"

Tử Thần lắc đầu, dù cho gương mặt nhợt nhạt của Nàng lại để lộ một thoáng thương cảm.

"Những mũi khâu của ngươi còn hoàn hảo hơn cả tiếng hót của chim sơn ca, Mateo ạ," Nàng nói. "Và thế giới này không thể chứa đựng một sự hoàn hảo đến vậy được."

“Nếu người đưa tôi đi, tôi sẽ cắt phăng những ngón tay của mình!” Người thợ may la lớn. “Rồi lúc đó tôi sẽ còn hữu dụng gì với vương hậu nữa?”

“Ngươi sẽ không cần đến thân thể này tại nơi mà ta sẽ đưa ngươi tới,” Tử Thần đáp. “Tất cả những gì ngươi cần là kĩ nghệ của mình – và ngươi không thể cắt rời nó ra khỏi bản thân được, bởi vì nó chính là tinh chất của ngươi. Một tia lửa bất diệt, có thể nói như vậy.”

Hilodoro gục đầu xuống rồi nguyền rủa tài năng mà cả đời anh vẫn tin tưởng rằng đó là một phúc lành. Những giọt nước mắt rơi lên tấm vải mà anh đang cắt để may chiếc váy mới cho cô con gái của mình. Ofelia hẳn trông sẽ rất xinh xắn trong bộ váy đó, với mái tóc sẫm màu của người mẹ cùng đôi mắt to, thâm trầm, lúc nào cũng đầy ắp câu hỏi.

“Xin hãy để cho tôi may xong bộ váy này!” Anh van xin. “Tôi xin hứa rằng khi đã khâu xong mũi cuối cùng, tôi sẽ tự nguyện đi cùng người và may những bộ đồ đẹp đẽ nhất cho vương hậu của Vương quốc Lòng đất.”

Tử Thần thở dài. Nàng đã quen với những người cầu xin được thêm một vài năm hay vài tháng, đôi khi chỉ là vài giờ. Luôn luôn có thứ gì đó chưa hoàn thành, một thứ còn dang dở, không viên mãn. Người trần mắt thịt không hiểu được rằng cuộc sống không phải là một cuốn sách mà ta sẽ đóng lại chỉ sau khi đọc xong trang cuối cùng. Không có trang cuối cùng nào trong cuốn sách Cuộc Đời, bởi trang cuối luôn là trang đầu của một câu chuyện khác. Nhưng người thợ may đã khiến Nàng cảm động. Trong anh chất chứa thật nhiều tình thương yêu... và lòng tốt – phẩm chất mà Tử Thần rất hiếm thấy ở con người.

"Được. May cho xong cái váy đi," Nàng nói với vẻ nóng ruột thoáng nhẹ – chủ yếu là nóng ruột với bản thân vì đã nhượng bộ lời cầu xin của anh. "Ta sẽ quay lại."

Hai bàn tay Hilodoro run lẩy bẩy khi anh quay lại bàn làm việc, và những mũi khâu của anh trở nên không đều. Anh phải tháo ra làm lại toàn bộ, bởi chúng phản chiếu nỗi tuyệt vọng của anh, cũng như cái cách mà chúng từng phản chiếu niềm hạnh phúc anh mang. Trong lúc cắt và giật chỉ ra khỏi lớp vải mềm mại, một suy nghĩ táo tợn đã khiến anh ngẩng đầu lên.

Nếu anh không hoàn thành cái váy thì sao? Nếu anh *không bao giờ* may xong nó?

Anh bắt đầu thức muộn hằng đêm và không chịu nghe khi Carmen nhắc anh đi chợp mắt một chút, vì muốn đảm bảo rằng Tử Thần tin anh đang ngày đêm thực hiện công việc may váy. Với mỗi đường khâu được hoàn thành, anh lại bí mật tháo ra một đường khác, bí mật đến mức anh hi vọng rằng kể cả Tử Thần cũng sẽ không bắt quả tang được.

Sáu tuần sau, bàn tay anh một lần nữa phả cái bóng hình đầu lâu lên lớp vải lanh xanh lục của chiếc váy vẫn chưa hoàn thành. Tử Thần đang đứng phía sau anh, nhưng lần này Nàng bận một chiếc váy màu đỏ.

"Mateo!" Nàng cất tiếng, giọng nàng lạnh lẽo như một nấm mồ. "Hoặc là may xong cái váy trước khi mặt trời lên, hoặc là ta sẽ đưa cả đứa trẻ mà ngươi may váy cho đi cùng."

Hilodoro cảm thấy cái kim đang cào xé da mình khi anh siết chặt nó trong bàn tay, và một giọt máu nhỏ xuống ống tay áo mà anh đang may. Con gái anh, Ofelia, sẽ thắc mắc không biết cái đốm sẫm màu đó ở đâu ra.

"Tôi sẽ hoàn thành trước khi mặt trời mọc," anh thì thầm. "Tôi xin thề. Nhưng làm ơn đừng động vào con tôi. Nó vẫn còn quá nhỏ."

"Ta không thể hứa điều đó được," Tử Thần trả lời. "Nhưng ta sẽ hứa với ngươi một điều khác: nếu ngươi may xong chiếc váy này trong đêm nay, ta sẽ bao bọc con bé trong tình yêu của ngươi. Bất cứ khi nào nó mặc chiếc váy và chừng nào chiếc váy vẫn còn vừa vặn, ta sẽ không tới đón nó đi."

34

CƠ HỘI CUỐI CÙNG

Cộp, cộp, cộp... Gã lính canh đi qua đi lại trước cửa phòng Ofelia, tới rồi lại lui, để giữ cho bản thân tỉnh táo. Ô cửa sổ tròn, người chị em sinh đôi ban ngày của vầng trăng rằm, lại đen kịt vào ban đêm, nó sẽ chấm dứt mọi hi vọng hoàn thành các nhiệm vụ của Thần Nông. Mất tất cả rồi. Cô sẽ không bao giờ tìm hiểu được liệu thần có nói sự thật về việc vẫn còn một nơi mà cô có thể trở về và gọi là nhà.

Nơi cô vẫn có một người mẹ và một người cha.

Coi chừng nó đấy. Và nếu có bất cứ kẻ nào định xông vào, thì cứ giết nó trước.

"Giết nó ư?" Cô vẫn đang chờ đợi một ai đó làm điều ấy kể từ khi Sói bỏ đi - ngồi trên sàn nhà trong bộ váy ngủ, nơi mà bên dưới Quỷ Nhợt Nhạt đang quanh quẩn, lưng tựa vào chân giường - chờ đợi một kẻ nào đó bước vào và cắt cổ mình.

Ofelia đặt chiếc vali đựng quần áo của mẹ mình bên cạnh, hi vọng rằng nó có thể an ủi mình đôi chút, nhưng nó chỉ thì thầm: *Mẹ mất rồi. Tất cả bọn họ đều đã ra đi: mẹ cô, Mercedes, thậm chí cả Thần Nông cũng đã bỏ rơi cô.* Đó là sự thật. Tất cả chỉ còn lại nhà máy xay cũ kĩ chứa đầy những hồn ma và gã đàn ông khủng khiếp đã đem cái chết đến với mẹ cô và sẽ giết cả Mercedes nữa. Phải, chắc chắn là hắn sẽ giết chị. Ofelia chỉ thắc mắc liệu có phải mình đã chết rồi hay phải chăng Sói sẽ tra tấn cô từ từ, như người ta nói là hắn đã làm với anh chàng quân nổi dậy kia không.

Len lỏi qua tiếng bước chân của gã lính ngoài cửa, cô nghe thấy tiếng em trai mình đang khóc dưới hang ổ của Sói. Nghe thật lạc lõng và đơn độc. Tiếng khóc của thằng bé phản chiếu tiếng kêu than từ trái tim Ofelia và dệt nên sợi chỉ liên kết giữa chúng qua màn đêm. Dù cho cô vẫn trách cậu bé vì đã gây ra cái chết của mẹ mình.

Ofelia ngẩng đầu lên.

Có một âm thanh khác - tiếng sột soạt của đôi cánh mang hình dạng giống như những chiếc lá héo.

Nàng Tiên đang rập rờn bay phía trên cô, một lời nhắc nhở sinh động về các chị em đã chết của nó và về sự thất bại của Ofelia. Nó đậu lên bàn tay của Ofelia, ôm lấy một trong những ngón tay của cô. Nó nặng chẳng bằng một chú chim, và cái chạm từ đôi tay mỏng manh của nó khiến trái tim Ofelia ngập tràn ánh sáng và sự ấm áp.

“Tôi đã quyết định cho người thêm một cơ hội nữa.” Thần Nông hiện ra từ bóng tối, chìa đôi bàn tay ra như thể đang mang theo một món quà quý giá.

Ofelia lồm cồm bò dậy.

"Một cơ hội cuối cùng." Đôi môi mỏng của Thần Nông mang nụ cười tha thứ.

Ofelia quàng tay quanh người thần rồi ép mặt vào mái tóc dài màu vàng nhạt của thần. Cô có cảm giác như đang ôm một thân cây, và tiếng cười của Thần Nông là con suối sủi tăm đang đem niềm vui đến nuôi dưỡng trái tim tuyệt vọng của cô. Thần vuốt ve mái tóc cô, tựa gò má hằn dấu hoa văn lên đầu cô, và Ofelia cảm thấy thật an toàn bất chấp gã lính đang đứng trước cửa phòng, bất chấp cả Sói, bất chấp chiếc vali với những bộ quần áo trống rỗng của mẹ mình. Cơ thể to lớn của Thần Nông che chở cô khỏi một thế giới đã trở nên quá tối tăm. Có lẽ rốt cuộc thì cô cũng có thể tin tưởng thần. Còn ai khác sẽ giúp cô nữa chứ? Chẳng có ai cả.

"Phải, tôi cho người thêm một cơ hội nữa," Thần Nông thì thầm vào tai cô. "Nhưng người có hứa rằng lần này sẽ làm mọi điều tôi nói hay không?"

Thần bước lùi lại một bước, hai bàn tay vẫn đặt trên vai cô, và nhìn cô dò hỏi.

Ofelia gật đầu. Đương nhiên rồi. Mọi thứ! Cô sẽ làm tất cả những gì mình có thể chỉ để được thần bảo vệ khỏi tên Sói đã lôi cô trở về căn phòng này như một con thỏ hắn bắt được trong rừng.

"Mọi điều sao?" Thần Nông cúi người xuống cho tới khi có thể nhìn thẳng vào mắt cô. "Và không thắc mắc gì?"

Thần vuốt ve gương mặt cô bằng những ngón tay để móng dài và Ofelia lại gật đầu, dù lần này cô cảm nhận được sự đe doạ trong yêu cầu của thần.

"Đây LÀ cơ hội cuối cùng của người đó." Thần Nông nhấn mạnh từng từ một.

Ofelia nhớ lại những quả nho trên các đĩa vàng của Quỷ Nhợt Nhạt. Không. Lần này cô sẽ mạnh mẽ hơn. Cô gật đầu.

"Vậy thì hãy nghe tôi nói đây." Thần Nông tinh nghịch búng nhẹ móng tay vào mũi cô. "Hãy đi đón em trai của người rồi đưa cậu bé tới mê cung nhanh nhất có thể, thưa Công chúa."

Đó là một nhiệm vụ mà Ofelia không hề trông đợi.

"Em trai tôi sao?"

Cô không thể không chau mày. *Ngươi quan tâm cái gì chứ?* Cô tự hỏi. *Phải, nghe nó khóc cũng cô độc như bản thân ngươi vậy, nhưng nó là con trai của cha nó và nếu không có nó thì mẹ ngươi sẽ vẫn còn sống.* Nhưng không phải lần đầu tiên một giọng nói khác trong cô thì thầm, *Nó đâu thể làm gì khác được. Thằng bé đã bị buộc phải tới thế giới này dù cho nó sợ thế giới cũng không kém gì ngươi.*

"Phải," Thần Nông nói. "Chúng ta cần cậu bé ngay bây giờ."

Để làm gì cơ chứ? *Ôi, Ofelia!* Mẹ cô thường nói kèm một tiếng thở dài. *Quá nhiều câu hỏi! Con có thể cứ làm theo những gì mẹ nói một lần thôi không?* Bằng cách nào mới được chứ, trong khi trái tim cô lại đang dai dẳng thắc mắc?

"Nhưng..." Cô cẩn thận lên tiếng.

Ngón tay của Thần Nông vụt đưa lên, một dấu hiệu cảnh báo khô quắt. "Không hỏi han gì nữa. Như chúng ta đã đồng ý, phải không nào?"

Người có làm mọi điều tôi nói không? Mọi điều... Ofelia hít một hơi thật sâu. Vẻ đe doạ ngự trị trong từ ngữ đó, nhưng chẳng phải là cô không có lựa chọn nào khác sao?

"Cửa phòng đấy bị khoá rồi."

Phòng của Sói lúc nào cũng khoá trái kể từ khi hắn bắt đầu để con trai mình trong đó.

"Trong trường hợp đó," Thần Nông mỉm cười đầy tinh quái, "tôi chắc chắn rằng người vẫn còn nhớ cách tạo ra cánh cửa của riêng mình."

Viên phấn thần rút ra từ không khí cũng trắng như viên mà thần đã đưa cho cô để vào hang ổ của Quỷ Nhợt Nhạt.

35

CON SÓI BỊ THƯƠNG

Vidal đang đứng trước gương để rửa sạch khuôn mặt bị rạch của mình thì nghe thấy tiếng vó ngựa bên ngoài. Hai trong số các binh lính của hắn đã trở về từ khu rừng, nhưng không kẻ nào dám nói với tên *capitán* rằng những người khác đang nằm chết trong một khoảng rừng trống giữa những thân cây, máu nhỏ tong tỏng từ những chiếc lá lược dương xỉ, trong khi Mercedes, kẻ đã chém hắn như chém lợn, lại vẫn còn sống và tự do.

Vidal kiểm tra nụ cười nhếch mép lố bịch mà Mercedes đã tạo ra cho hắn. Con dao bếp đã xẻ ngọt da hắn không kém gì khi nó xắt rau củ. Khi cố mở miệng ra, cơn đau nhói khiến hắn nhắm nghiền mắt lại, nhưng hắn vẫn nhìn thấy Mercedes với lưỡi dao mảnh thò ra khỏi bàn tay như nọc của một con ong bắp cày.

Một người hầu gái đã để cái kim khâu cong mà hắn yêu cầu trên bàn. Có lẽ Mercedes đã khâu vá quần áo cho hắn bằng nó. Vidal cầm cái kim lên và chọc nó qua môi dưới. Mỗi mũi khâu đều khiến hắn nhăn mặt, nhưng hắn vẫn kéo sợi chỉ đen qua da thịt, lặp đi lặp lại, để xoá bỏ cái nụ cười nhếch mép đã khiến gương mặt của chính hắn tự chế giễu bản thân vì sự ngu ngốc của mình.

Ofelia lắng nghe tiếng rên rỉ của hắn qua cánh cửa mà viên phấn của Thần Nông đã mở ra trên sàn phòng cô. Cô thậm chí còn thấy được Sói đang đứng trước gương, và ngay phía dưới cô, một chiếc thang lười biếng tựa vào mấy cái hộp phủ bụi ở phía sau căn phòng. Thần Nông đã đảm bảo cho cô có thể dễ dàng tới được chỗ để nôi của em trai mình. Cái nôi chỉ cách đó vài bước chân, và mặc dù Ofelia không thể nhìn thấy cậu bé, cô vẫn nghe thấy được tiếng nó khóc khe khẽ. Có lẽ nó đang khóc gọi mẹ. Mẹ của chúng... *Đừng nghĩ tới mẹ nữa, Ofelia! Hãy nhớ ngươi đang ở đâu!*

Cô luồn chân vào giày rồi kéo chiếc áo khoác len tối màu trùm lên bộ đồ ngủ.

Có vẻ như Sói không nghe thấy tiếng cô trèo xuống thang. Hắn vẫn đang đứng trước gương, quay lưng lại với cô, rền rĩ vì đau đớn. Có máu trên áo sơ mi của hắn. Ofelia không biết ai đã làm hắn bị thương, nhưng cô biết ơn người đã dám tấn công hắn, dù cho cô có thể cảm nhận được cơn thịnh nộ của hắn. Ngay khi rời chân khỏi thang để bước xuống sàn, cô vội vã luồn xuống dưới bàn làm việc của Sói để tránh khỏi tầm nhìn phòng trường hợp hắn quay lại.

Nhưng Vidal vẫn không quay lại.

Hắn đang tỉ mỉ kiểm tra thành quả mà kim và chỉ tạo nên. Chúng đã xoá đi nụ cười nhếch mép mà con dao bếp của Mercedes vạch ra. Tất cả những gì tấm gương biểu lộ là một đường mảnh dính máu, được thêu bằng sợi chỉ đen, chạy từ khoé miệng bên trái của hắn lên tới má. Hắn che nó đi bằng miếng gạc rồi kiểm tra mặt mình lần cuối. Rồi hắn bước về phía bàn làm việc.

Ofelia không dám thở. Cô có thể chạm vào chân hắn khi hắn tự rót cho mình một ly brandy. Em trai cô kêu ré lên một tiếng yếu ớt trong nôi còn Sói đang rên rỉ khi thứ rượu cay nồng thấm qua lớp gạc. Ofelia nghe thấy tiếng hắn rót thêm ly nữa rồi... đặt nó xuống bàn.

Ofelia thấy chân và tay mình lạnh toát vì sợ hãi.

Viên phấn. Viên phấn của Thần Nông đâu mất rồi?

Nó đang nằm giữa đống giấy tờ của Vidal ở trên bàn làm việc. Vidal cầm viên phấn lên rồi bóp nát nó giữa những ngón tay trong lúc rà soát căn phòng để tìm kẻ đột nhập đã để nó lại đó.

Ôi, Ofelia lo sợ trái tim đang đập thình thịch sẽ làm cô bại lộ mất!

Mà có khi Vidal đã nghe thấy âm thanh đó rồi.

Hắn rút súng ra, bước vòng qua chiếc bàn, rồi liếc nhìn xuống bên dưới. Nhưng Ofelia rất nhanh nhẹn. Sói không nhìn thấy gì cả, và em trai cô đã trợ giúp bằng cách khóc ré lên. Vidal cho súng lại vào bao rồi tiến gần tới cái cũi. Con trai của hắn... liệu hắn có chế ngự được những suy nghĩ của thằng bé giống như cái cách mà cha hắn vẫn đang chế ngự tâm trí hắn không? Liệu con trai hắn có mong mỏi được làm hắn hài lòng dù có phải chết hay không?

"*Capitán*! Xin phép ngài?"

Hắn không thể nhớ nổi tên của binh sĩ vừa mới xông vào phòng mình. Chúng chết quá nhanh.

"Gì?"

Tất cả bọn chúng đều biết sự trừng phạt có thể khủng khiếp đến thế nào nếu làm phiền tên *capitán* khi hắn đang ở trong phòng.

"Serrano quay lại rồi. Ông ấy bị thương."

"Bị thương?" Vidal vẫn đang nhìn khắp căn phòng.

Con trai hắn đang gào khóc như thể có thứ gì đó hoặc ai đấy đang quấy nhiễu giấc ngủ của nó.

Chị xin em đấy! Ofelia năn nỉ. *Em sẽ làm chị bị lộ mất, em trai.* Nhưng chồng bao tải rỗng bằng vải bạt mà cô đã lẩn ra phía sau giúp cô an toàn nằm ngoài tầm mắt của Sói, và cuối cùng cô cũng nghe thấy tiếng hắn bước về phía cửa.

Ofelia không rời khỏi chỗ trốn cho tới khi nghe thấy tiếng bước chân của hắn trên những bậc thang phía bên ngoài. Hắn để lại ly rượu brandy đã vơi một nửa trên bàn. Nó khiến Ofelia nhớ tới những chiếc cốc khác - những cốc thuốc bác sĩ Ferreira đã chuẩn bị cho mẹ cô để giúp bà ngủ ngon. Cô luồn tay vào túi áo. Phải. Nó đây rồi. Lọ thuốc cô đã lấy từ phòng của mẹ. Cô chỉ rót vài giọt vào trong ly rượu, sợ rằng Sói sẽ nếm thấy được nếu cho quá nhiều. Bác sĩ Ferreira, mẹ cô, cha cô, Mercedes... có lẽ tất cả bọn họ đều đang chờ đợi cô tại Vương quốc Lòng đất mà Thần Nông đã kể cho cô nghe.

Tất cả những gì cô phải làm là thực hiện mọi điều thần nói và cô sẽ được gặp lại tất cả mọi người.

Lại một tiếng ré nữa phát ra từ cái nôi. Em trai. Vẫn chưa ai đặt tên cho nó cả. Cứ như thể người mẹ đã mang cái tên thật của nó theo cùng xuống mồ vậy. Ofelia nhớ lại cách mà bà nói chuyện với thằng bé khi nó vẫn còn nằm trong bụng bà. Bà đã cảnh báo nó về thế giới này. Phải, bà đã làm vậy.

Cô cúi xuống nôi rồi bế em bé lên tay. Nó bé bỏng quá.

36

CHỊ GÁI VÀ EM TRAI

Khi hắn bước vào phòng ăn, mọi người nhìn hắn mới kinh ngạc làm sao. Vẻ hãnh diện, cảm giác không thể bị đánh bại đã biến mất. Lần trước chúng đã tụ tập lại để ca tụng chiến thắng của mình ở trong rừng. Vidal cảm thấy như miếng gạc đẫm máu trên má hắn giống như một thứ nhãn hiệu. Thất bại... được rạch lên mặt hắn bằng một con dao bếp.

Serrano đang ngồi trên ghế bên cạnh đống lửa, cơ thể nặng nề của gã xẹp xuống và ì trệ.

"Garces đâu rồi?"

Serrano lắc đầu. Vidal ngồi xuống chiếc ghế bên cạnh gã.

"Có bao nhiêu tên ở đó?"

"Năm mươi. Ít nhất là vậy. Chỉ có Garcia và tôi là trốn thoát. Những người còn lại không kịp chạy." Serrano gần như không dám nhìn Sói.

"Các đồn gác của chúng ta cũng không có phản hồi," tên lính đã đem tin xấu đến cho Vidal lên tiếng. Hắn vẫn không thể nhớ ra tên gã. "Chúng ta còn lại bao nhiêu người?"

"Hai mươi. Có khi là ít hơn."

Vidal lần tìm chiếc đồng hồ bỏ túi, nhưng hắn đã để nó lại trên bàn làm việc. Hắn không thể ngăn mình tự hỏi liệu có phải nó đã thông báo cái chết cận kề của cha hắn bằng cách kêu tích tắc to hơn hay không. Hắn cố gắng chế giễu cái suy nghĩ đó bằng một nụ cười, nhưng cơn đau mà việc đó gây ra lại là lời nhắc nhở về việc mọi thứ đã chuyển biến xấu đi như thế nào.

Nếu đã không thể ra tay với Mercedes, hắn sẽ giết đứa con gái.

* * *

Ofelia vẫn đang đứng ôm em trai trong phòng Vidal. Thật bé bỏng, thật ấm áp, gương mặt bầu bĩnh và tươi mới dưới chiếc mũ vải màu trắng mà mẹ chúng đã may cho thằng bé, đôi mắt nó, trong vắt và đầy tin tưởng, đang ngước nhìn cô.

Chị gái. Em trai.

Ofelia chưa từng được làm chị, chỉ là một cô con gái và cô bé đã làm hỏng bộ váy mới của mình trong rừng, vẫn chưa biết rõ ý nghĩa của cái bớt trên vai trái của mình là gì.

Chị gái. Cái từ đó đã thay đổi mọi thứ.

"Chúng ta sẽ rời khỏi đây," cô thì thầm vào tai em trai mình. "Cùng với nhau. Đừng sợ nhé."

Em trai cô rụt rè kêu lên một tiếng. *Toàn bộ chuyện này thật mới mẻ với em,* Ofelia tin rằng mình nghe thấy em nói như vậy. *Hãy bảo vệ em, chị ơi.*

"Sẽ không có chuyện gì xảy ra với em đâu." Cô ôm chắc em mình vào vai.

Quả là một lời hứa khó có thể giữ nổi.

Cô đang bước về phía cửa thì nghe thấy tiếng cha thằng bé trên cầu thang. Ôi, tại sao cô lại không đi sớm hơn một chút nhỉ?

"Khi đội quân còn lại trở về, hãy bảo họ đến báo cáo ta ngay lập tức." Giọng Sói đang đến gần. Quá gần rồi.

Ofelia trốn phía sau cánh cửa. *Đừng khóc nhé, em trai!* Cô thầm van xin. *Đừng làm bọn mình bị lộ!* Dù cho thằng bé đã không lắng nghe lời cô cầu xin để mẹ được sống.

"Đánh điện yêu cầu tăng viện đi," cô nghe thấy Sói nói. "Ngay lập tức."

Và rồi hắn đã ở đó, trở lại căn phòng. *Nín thở nào, Ofelia.*

Sói bước tới bàn rồi nhét cái đồng hồ đang nằm cạnh ly rượu vào trong túi áo. Sau đó hắn với lấy cái ly. Ofelia lẩn ra ngoài từ phía sau cánh cửa vào lúc hắn quay lưng lại và nuốt ực chỗ rượu brandy. Đứa em trai đang ngủ ngon lành trong vòng tay cô, và sự tin tưởng mà nó dành cho cô khiến cô dễ tin vào may mắn của mình hơn. Nhưng chẳng được bao lâu. Ofelia vừa mới bước qua được cánh cửa mở thì một vụ nổ làm chấn động những bức tường của nhà máy xay. Nó phát ra từ khoảnh sân. Ánh lửa chói loà xé toạc tấm áo choàng của màn đêm và nhuộm lên các bức tường xung quanh Ofelia những sắc đỏ sáng và trắng. Sói quay người lại và thấy cô bé đang đứng nơi ngưỡng cửa, cứng đờ như một con nai bị săn đuổi, với con trai hắn trong vòng tay.

"Để nó lại!" Giọng hắn là dao, là búa, là viên đạn.

Ofelia nhìn thẳng vào mắt Sói rồi lắc đầu. Đó là tất cả những gì cô gắng sức làm được.

Sói tiến một bước về phía cô nhưng người hắn lảo đảo, gần như không giữ nổi thăng bằng, và Ofelia gửi một lời cầu nguyện để cảm ơn bác sĩ Ferreira đã bảo vệ cô khỏi kẻ đã giết hại ông.

Rồi cô quay người. Và bỏ chạy.

Vidal đuổi theo cô bé, nhưng hắn gắng gượng lắm mới đi qua được cửa. Đầu óc hắn đang đảo lộn. Có chuyện gì với hắn vậy? Hắn không hề nghi ngờ ly brandy, hắn quá kiêu hãnh để nghĩ tới việc một đứa trẻ có thể đánh thuốc mình. Không, đó là do những vết thương mà ả phù thuỷ kia đã gây ra cho hắn. Hắn cũng sẽ truy tìm và giết ả, nhưng trước hết là con oắt này đã. Từ giây phút nó bước ra khỏi cái xe đó, hắn đã biết nó sẽ mang đến điềm rủi. Đôi mắt nó tựa như khu rừng, còn gương mặt ngập tràn sự câm lặng. Hắn nôn nóng muốn bẻ gãy cổ nó.

Cô vẫn đang ở trên cầu thang khi Vidal loạng choạng lao ra khỏi phòng, nhưng hắn chỉ vừa lôi được khẩu súng ra, chưa kịp ngắm bắn thì con bé đáng ghét kia đã chạy ra khỏi cửa mất. Hắn thấy cô biến mất bên dưới những tán cây khi cuối cùng hắn cũng xuống được chân cầu thang và bước ra ngoài. Tại sao con bé lại đưa con trai hắn đi? Có phải nó sẽ đem thằng bé đến cho đám quân nổi dậy để chúng có thể giết nó, nhằm trả thù cho cái chết của bà mẹ?

Không. Bởi vì quân nổi dậy đã đến nhà máy xay. Xe tải và lều trại đang cháy bừng bừng, khói và lửa ở khắp nơi, đám người giao tranh, bóng họ đen kịt như những miếng giấy cắt trên nền lửa đỏ. Đáng ra Vidal nên giết cô bé luôn. Cả Mercedes nữa. Vì chị đã giữ lời hứa với Ofelia. Chị đã quay trở về đón cô bé cùng với em trai mình và quân lính của anh. Nhưng khi chị và Pedro lên tới phòng Ofelia thì nó đã trống không. Mercedes gọi tên Ofelia nhưng chẳng có tiếng trả lời. Tất cả những gì họ tìm thấy là chiếc áo khoác xanh nhạt của cô - và đường viền của một khung cửa, được vạch lên mặt sàn bằng phấn trắng.

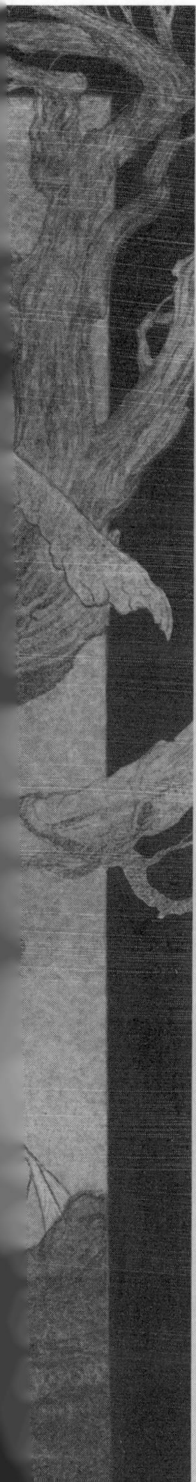

TIẾNG VỌNG CỦA GIẾT CHÓC

Ngày xửa ngày xưa, có một nhà quý tộc ra lệnh cho năm binh sĩ của mình tới bắt một người phụ nữ tên Rocio mà ngài buộc tội là phù thuỷ. Ngài ra lệnh cho họ dìm bà xuống cái ao của một nhà máy xay nằm sâu trong khu rừng già nơi bà sống. Cần đến hai người đàn ông mới có thể lôi bà tới làn nước lạnh và một người dìm bà xuống cho tới khi bà tắt thở. Người lính đó tên là Umberto Garces.

Trước đây Garces đã từng giết người, nhưng chủ nhân của

hắn cho đến giờ chưa từng lệnh cho hắn giết phụ nữ. Nhiệm vụ đó thật khủng khiếp, nhưng đồng thời lại khiến hắn hưng phấn, có lẽ bởi mụ phù thuỷ khá xinh đẹp.

Thông thường, Garces giết chóc xong mà chẳng chút vướng bận lương tâm. Hắn ngạc nhiên khi thấy đêm hôm đó mình không thể ngủ được.

Hắn không ngủ nổi trong suốt mười ngày, vì cứ mỗi khi đặt lưng xuống, hắn lại cảm nhận được làn nước lạnh cóng trên da thịt mình và nhìn thấy mái tóc của mụ phù thuỷ dập dềnh trên mặt ao. Vào đêm thứ mười một, khi những hình ảnh đó lại lần nữa ám ảnh hắn, Garces đứng dậy khỏi giường, thắng yên cho ngựa, rồi phi qua cánh rừng ngập tràn ánh trăng để trở lại nhà máy xay.

Garces hi vọng rằng hắn sẽ thấy thư thái hơn khi nhìn thấy làn nước ao phẳng lặng và xác mụ phù thuỷ đã biến mất như chưa từng tồn tại. Thế nhưng, khi bước gần tới mặt nước, Garces ước gì mình đã không quay lại. Làn nước đen kịt như tội ác của chính hắn, và rừng cây dường như đang thì thầm lời phán xét cho hắn vào trong màn đêm: *quân giết người*!

Chắc chắn mụ ta *là* phù thuỷ. Đây chẳng phải là bằng chứng đó sao? Đây chỉ có thể là do mụ ta gây ra mà thôi! Những cái cây thì thào, các ảo ảnh và cảm giác ám ảnh hắn... mụ ta đã nguyền rủa hắn. Chúng đã đúng khi giết mụ. Quá đúng đắn!

Garces cảm thấy tội lỗi được xoá bỏ khỏi trái tim mình, toàn bộ sự ghê tởm bản thân, niềm hối hận – đều tan biến. Có lẽ hắn nên gia nhập hội thợ săn phù thuỷ để quét sạch bọn chúng ra khỏi đất nước này. Giáo hội trả công cho họ rất hậu hĩnh, và vì đã giết được một ả rồi nên hắn nhận ra rằng lần sau sẽ dễ dàng hơn. Phải. Hắn sẽ có thể làm lại điều đó. Và tiếp tục lặp lại.

Hắn phá lên cười. Rồi quay đi để trở lại với con ngựa của mình.

Nhưng hắn chẳng thể nhúc nhích.

Bùn lầy giữ ủng của hắn lại, chắc chắn như thể có những ngón tay đang tóm lấy chúng.

Ả phù thuỷ khốn kiếp! Hắn chắc chắn chính là mụ.

“Ta sẽ lại làm điều đó!” Hắn hét lên trên mặt nước câm lặng. “Có nghe thấy không?”

Đôi ủng của hắn lún sâu hơn vào lớp bùn và hai bàn tay hắn bắt đầu nhức nhối. Hắn giơ chúng lên mặt. Da hắn phủ đầy mụn cóc và màng bắt đầu mọc ra giữa các ngón tay – những ngón tay hắn từng dùng để dìm mụ phù thuỷ xuống.

Hắn hét lên trong kinh hoảng, tiếng hét lớn đến nỗi nó đánh thức người chủ nhà máy xay và vợ ông dậy. Nhưng họ lại không dám mạo hiểm ra ngoài, để tìm hiểu xem thứ tiếng ồn đó là gì.

Garces lại thét lên. Đến lúc này thì giọng hắn đã biến đổi. Một tiếng ồm ộp khàn đục buột ra khỏi cổ họng hắn rồi, xương sống vặn xoắn và oằn cong lại cho tới khi hắn sụp xuống hai đầu gối, sục những ngón tay có màng nối vào trong bùn sình.

Rồi hắn nhảy vào chính làn nước ao bùn lầy mà hắn đã dìm mụ phù thuỷ xuống.

37

NHIỆM VỤ CUỐI CÙNG

Lần này thì Nàng Tiên không đến để dẫn đường cho Ofelia. Cô phải tự tìm đường đi qua mê cung. Nhiệm vụ cuối cùng luôn luôn là nhiệm vụ khó khăn nhất.

Những vụ nổ ở nhà máy xay vẫn tiếp tục rạch toang sự tĩnh mịch của màn đêm, nhưng đứa em trai vẫn đang nằm yên bình trong vòng tay cô, và một phần của sự yên bình đó len lỏi vào trái tim Ofelia. Cô biết chắc rằng Sói đang đuổi theo mình, dù cô chẳng thể nhìn thấy hắn qua màn khói đang bốc lên từ nhà máy xay. Sói... Không, hắn không phải là một con sói. Những câu chuyện cổ tích của cô đã sai khi gán cho cái ác hình dạng của một sinh vật hoang dã với vẻ đẹp tráng lệ. Cả Ernesto Vidal và Quỷ Nhợt Nhạt đều là những con người ăn trái tim và linh hồn của kẻ khác bởi chúng đã đánh mất những thứ đó của bản thân mình.

Những bức tường của mê cung chào đón Ofelia như một vòng tay ôm thân thuộc, và chẳng mấy chốc, những vòng tròn lát đá mà nó đan kết xung quanh cô và em trai khiến cô cảm thấy thật an toàn dù vẫn đang bị truy đuổi. *Hắn sẽ không tìm thấy người ở đây đâu,* cô tin rằng mình đã nghe thấy những phiến đá thì thầm. *Chúng tôi sẽ che giấu hai người khỏi hắn.*

Nhưng Vidal lại đang ở ngay sát phía sau, đủ gần để nhìn thấy cô bé đi qua cổng vòm và vào trong mê cung, dù cho hắn vẫn đang loạng choạng vì những giọt thuốc của Ferreira. Ofelia nhanh nhẹn và còn sức trẻ, nhưng cô đang phải bế theo em trai, và bầu không khí buổi đêm giúp đầu óc mờ mịt của Vidal trở nên thông suốt hơn. Ngón tay hắn quặp vào quanh cò súng trong lúc hắn lảo đảo đi qua những khu hành lang cổ kính, theo tiếng bước chân của Ofelia, như con chó săn theo dấu mùi của một con nai. Nhưng cứ mỗi khi hắn nghĩ rằng mình đang đến gần thì lại xuất hiện một góc quành mới, một chỗ rẽ, một bức tường mới... như thể bản thân hắn đã trở thành con mồi bị bắt giữ trong một cái bẫy không thể trốn thoát vậy.

Con oắt đâu rồi? Vừa lắc đầu để gạt bỏ cảm giác đờ đẫn, hắn vừa vấp váp bước tới, một tay siết chặt lấy khẩu súng, tay còn lại bấu lấy những bức tường khô héo. *Tại sao có bao nhiêu chỗ mà nó lại đến đây?* Hắn ngừng lại để hít thở và lắng nghe tiếng bước chân của cô bé. Kia rồi! Thật nhẹ nhàng, thật nhanh nhẹn... nhưng giờ thì hơi thở của cô đã trở nên nặng nề. Không có gì phải nghi ngờ nữa, cô đang bế theo con trai hắn.

Ofelia có thể nghe thấy tiếng bước chân Vidal ở phía sau, nhưng cô cũng biết chắc rằng khoảng trống với cái giếng và cầu thang đang ở gần, rất gần rồi. Chỉ ngay góc quành kia thôi. Cô rẽ vào – và thấy mình đứng trước một bức tường.

Sai đường rồi! Cô đã đi sai đường. Tất cả thế là hết.

Nhưng mê cung đã đợi cô bé trong một thời gian rất dài, và khi Ofelia quay người lại, bất lực nhìn dãy hành lang mà mình vừa đi qua, những phiến đá phía sau lưng cô bắt đầu dịch chuyển. Cô nhòm qua vai và thấy bức tường lúc nãy chắn đường cô đang tách ra: những nhánh rễ cây, vươn dài vào trong khe hở rộng dần như những cái vuốt bằng gỗ, đang dọn quang một lối đi cho cô. Rễ cây cọ vào tay và chân Ofelia khi cô vội vã chạy qua khe hở, và kia rồi: khoảng trống mà cô đang tìm kiếm, ở chính giữa là cái giếng và cầu thang dẫn xuống tảng đá nguyên khối, nơi cô lần đầu gặp Thần Nông.

Bức tường phía sau Ofelia và em trai khép lại vào giây phút cô bước qua, rồi khi Vidal tới nơi, tất cả những gì hắn thấy chỉ là những khối đá vững chắc. Hắn nhìn quanh đầy hồ nghi, áo sơ mi ướt đẫm máu từ những vết thương bị hở do con dao của Mercedes gây ra. Ofelia nghe thấy tiếng hắn chửi thề ở phía bên kia bức tường đá. Cô gần như không dám hít thở, sợ rằng bức tường sẽ lại mở ra và để hắn đi qua, nhưng những phiến đá không hề nhúc nhích. Tiếng bước chân hắn nhỏ dần lại, và tất cả những gì cô cảm nhận được là nhịp tim đập của em trai mình qua lớp vải mỏng của bộ váy ngủ và hơi thở ấm nóng của nó trên vai cô.

Bình yên.

Tình yêu.

"Nhanh lên, thưa Công chúa, hãy đưa cậu bé cho tôi."

Ofelia quay ngoắt lại.

Thần Nông đang đứng ở phía bên kia cái giếng, mặt trăng phủ lớp viền bạc lên bóng dáng thần. Ofelia cảm thấy mình đang lưỡng lự với mỗi bước tiến lại gần thần, qua bức tường đá phẳng bao quanh cái giếng. "Mặt trăng đã lên cao trên trời rồi, thưa Công chúa!"

Ofelia chưa từng thấy Thần Nông vui tươi đến vậy.

"Chúng ta có thể mở cổng được rồi!" Thần thốt lên, tay chỉ về phía cái giếng.

Trong bàn tay còn lại của thần là con dao găm của Quỷ Nhợt Nhạt.

"Tại sao cái thứ đó lại ở trong tay của thần vậy?" Ofelia cảm thấy như lưỡi dao lạnh lẽo đang chạm vào da thịt mình. Thần Nông kêu lên rừ rừ một tiếng khe khẽ.

"A, cái đó..." Thần dịu dàng vuốt ve con dao. "Chà..." Giọng thần vừa mang vẻ thoải mái, vừa có phần hối lỗi. "Cánh cổng chỉ mở ra nếu chúng ta dâng lên máu của một sinh linh vô tội. Chỉ một giọt máu thôi."

Thần cố gắng làm cho từ *máu* nghe có vẻ nhỏ nhặt, phẩy tay để gạt đi trọng lượng của nó. "Một cú châm, chỉ thế thôi!" Thần nói thêm, dùng đầu nhọn của con dao găm để chọc vào lòng bàn tay một cách đùa nghịch. "Đây là" – thần vẽ một đường tròn hoàn thiện vào trong màn đêm – "nhiệm vụ cuối cùng."

Lạnh quá. Ofelia cảm thấy thật lạnh lẽo.

"Nào!" Thần Nông chỉ vào em trai cô, những ngón tay của thần múa may sốt sắng như một bầy ruồi. "Phải nhanh lên thôi! Mặt trăng không đợi đâu."

"Không!" Ofelia lùi lại một bước rồi lắc đầu, ép chặt đứa bé vào ngực đến nỗi trong một thoáng, cô đã lo rằng mình sẽ đánh thức em dậy. Nhưng cậu bé vẫn tiếp tục ngủ đầy bình thản như thể vòng tay cô là nơi an toàn nhất trên thế gian vậy.

Thần Nông ngả người về phía trước, đôi mắt mèo của thần nheo lại vì giận dữ và uy hiếp. "Người đã hứa sẽ nghe lời tôi!" Thần nhe răng ra cùng một tiếng gầm gừ đầy doạ nạt. "Đưa cho tôi thằng bé! Đưa-cho-tôi-thằng-bé!"

"Không! Em trai tôi ở cùng với tôi." Ofelia nhìn thần bằng ánh mắt kiên quyết nhất mà cô có thể tạo ra. Đó là việc duy nhất cô có thể làm: kìm chân Thần Nông bằng ánh mắt, cho thần thấy rằng cô sẽ không thay đổi câu trả lời của mình, dù cho toàn bộ cơ thể cô đều đang run rẩy.

Thần Nông lại rên lên rừ rừ. Tuy nhiên, lần này nghe nó như một tiếng ngạc nhiên. Thần hạ con dao găm xuống rồi nghiêng mái đầu có sừng của mình để nhìn cô. "Người sẽ từ bỏ những quyền lợi thiêng liêng của mình cho thằng nhóc mà người chỉ vừa mới biết này sao?"

"Phải." Gương mặt Thần Nông nhoà đi qua hàng lệ trong mắt cô. Chúng chỉ vừa mới dâng lên hay vốn đã ở đó kể từ khi cha cô mất rồi? Cô chẳng thể đoán nổi nữa.

"Phải, tôi sẽ làm vậy," cô lẩm nhẩm, áp má vào cái đầu nhỏ xíu của em trai mình, thật ấm áp bên dưới chiếc mũ vải màu trắng mà mẹ cô đã dành thật nhiều đêm để làm cho em.

"Người sẽ trao vương quốc của mình cho nó, kẻ đã gây ra cho người biết bao đau khổ ư?" Lần này giọng Thần Nông không hề tỏ ra giận dữ. Mỗi từ ngữ dường như là một lời tuyên bố với thế giới về quyết định kì lạ của một cô bé mang tên Ofelia. "Thật nhục nhã," thần nói thêm, một lần nữa lại thách thức cô.

"Phải, tôi sẽ làm vậy," Ofelia nhắc lại.

Phải, tôi sẽ làm vậy... Đó là những từ ngữ mà Vidal nghe thấy được khi cuối cùng hắn cũng lảo đảo bước vào khoảng đất trống. Có lẽ giọng của Ofelia đã dẫn đường cho hắn, hoặc là những lời lẽ giận dữ của Thần Nông. Hay có lẽ mê cung đã được xây dựng chỉ dành cho mục đích này - để cho tất cả mọi người đóng vai của mình trong một câu chuyện được viết nên từ ngày xửa ngày xưa, đã lâu lắm rồi.

Vidal hoàn toàn không thể nhìn thấy Thần Nông. Có lẽ bóng tối của chính mình đã khiến hắn trở nên mù loà với quá nhiều thứ. Có lẽ hắn đã tin tưởng vào quá nhiều thứ vớ vẩn của người lớn nên không còn chỗ để nhìn thấy bất cứ điều gì khác. Cũng chẳng quan trọng gì lắm. Điều quan trọng là hắn đang cách đứa con gái có vẻ như đang nói chuyện một mình kia chỉ vài bước chân.

"Phải, tôi sẽ làm vậy," Ofelia lại nói, giọng cô bé là tiếng nức nở vỡ vụn. Cô bước lùi xa khỏi con dao găm, khỏi cái giếng, khỏi Thần Nông, không hề hay biết về gã đàn ông đang đứng phía sau mình chỉ vài bước.

"Như người muốn, thưa Công chúa." Thần Nông xoè hai bàn tay ra vẻ khuất phục, những ngón tay của thần vẽ nên tương lai của cô vào màn đêm.

Thần vẫn đang tan dần vào bóng tối khi Ofelia cảm thấy một bàn tay tóm lấy vai mình. Sói đứng phía sau cô, miếng gạc trên mặt hắn là một cái dấu đẫm máu. Hắn kéo em trai ra khỏi vòng tay cô, nhìn xuống nó, như thể hắn cần phải đảm bảo rằng cô chưa làm hại gì đến nó.

Tôi đã bảo vệ nó đó! Ofelia muốn thét lên. *Thần Nông muốn máu của nó! Ông không nghe thấy à?* Nhưng khi cô quay người lại, Thần Nông đã biến mất và cô lại một lần nữa đơn độc. Hoàn toàn đơn độc, không có hơi ấm của em trai để khiến mình khuây khoả.

"Không!" Cô hét lên. "Không!"

Vòng tay cô thật trống rỗng và việc nhìn thấy đứa bé ở trong vòng tay của cha nó tồi tệ đến nỗi trong một thoáng, cô ước rằng mình đã trao nó cho Thần Nông. Nhưng có quan trọng gì cơ chứ? Cả hai đều là những con quái vật thèm khát máu của kẻ khác.

Vidal lùi lại một bước, đứa bé trong vòng tay. Hắn còn chẳng buồn ngắm bắn.

Hắn bắn vào ngực Ofelia mà chẳng cần nhấc tay lên.

Máu của cô lan ra trên bộ váy ngủ như một bông hoa hé mở trong lúc Vidal tra súng vào bao rồi bỏ đi cùng với em trai cô.

Ofelia giơ tay lên và nhìn máu nhỏ xuống từ những ngón tay. Hai đầu gối cô khuỵu xuống rồi cô ngã ra bên thành giếng, bàn tay ép chặt vào vết thương mà viên đạn đã xé toạc, nhưng máu nhiều đến nỗi không thể bịt lại được. Nó nhuộm những hoa văn đỏ tươi lên bộ váy ngủ và tràn xuống cánh tay đang trải rộng một cách bất lực trên miệng giếng. Không khí dâng lên từ đáy sâu của giếng làm dịu mát làn da cô, trong lúc máu vẫn tiếp tục nhỏ xuống từ những ngón tay, rơi tận sâu vào dạ con của mẹ đất.

Không có câu chuyện cổ tích nào của cô kết thúc như thế này cả. Mẹ cô đã nói đúng: phép thuật không tồn tại. Và cô đã không thể cứu em trai mình. Tất cả thế là hết. Hơi thở của cô nông dần. Cô rùng mình: mặt đất lạnh quá...

38

TÊN CỦA NGƯỜI CHA

Vidal dễ dàng tìm được đường quay về. Mê cung không cố giữ hắn lại. Hắn đã thực hiện những gì được tiên đoán trước, nhưng hắn sẽ không được gặp số mệnh của mình bên trong những vòng tròn bất tận của mê cung. Thế giới bên ngoài sẽ chăm sóc hắn.

Họ đang đợi hắn – Mercedes; em trai chị, Pedro; và những người trong rừng. Họ đang đánh dấu điểm cuối con đường của Vidal bằng cơ thể mình, đứng cạnh nhau bên ngoài mê cung thành một hình bán nguyệt, phản chiếu hình ảnh của cổng vòm bằng đá. Cuối cùng thì thời khắc này cũng đến – Vidal cảm thấy như hắn đã trải qua nó cả ngàn lần trong những giấc mơ của mình. Khoảnh khắc để chứng tỏ rằng hắn là con trai của cha mình và để cho con trai của chính hắn thấy được cuộc đời của một người đàn ông là thế nào.

Bước ra từ dưới mái cổng vòm, Vidal lần lượt đáp trả lại những ánh nhìn hằn học của đội quân nổi dậy, cho tới khi mắt hắn chạm phải Mercedes. Chị không nhúc nhích khi hắn bước về phía chị cùng với con trai mình. Pedro đang đứng bên cạnh chị. Vidal không hề biết rằng mình đã chiến đấu với cả chị gái và em trai. Hắn đưa con trai của mình ra cho người phụ nữ đã chém – nhưng không giết – hắn.

"Con trai ta." Thế giới cần được nghe điều này một lần nữa. Và đứa bé sẽ phải sống, vì hắn sẽ sống thông qua nó, giống như cha hắn đã sống trong hắn, với mỗi hơi thở của nó.

Mercedes nhận lấy đứa bé. Đương nhiên rồi. Chị là một phụ nữ, và chị sẽ không làm hại một đứa trẻ, dù đó có là con của hắn đi chăng nữa.

Thật chậm rãi – như vốn là nghi lễ của cuộc đời hắn – Vidal lấy chiếc đồng hồ ra khỏi túi quần rồi nâng niu nó trên hai bàn tay. *Chính là đây,* hắn nghĩ. *Hồi kết huy hoàng.* Hắn đã sẵn sàng bước qua ranh giới. Mặc cho những binh sĩ đã chết của hắn và nhà máy xay bốc cháy đang nhuộm đỏ bầu trời, hắn không cảm thấy chút sợ hãi.

Tinh thần của người cha đang ngập tràn bên trong hắn. Khiến hắn toàn vẹn.

Mercedes lùi lại vị trí bên cạnh em trai mình, đứa bé trong vòng tay, lúc Vidal đăm đăm nhìn xuống mặt đồng hồ vỡ, những cây kim tỉ mẩn đếm ngược thời khắc cuối cùng của hắn, như nó đã đếm từng ấy năm cho tới khi cha hắn hi sinh. Hắn vẫn có thể nghe thấy tiếng nó tích tắc, kể cả sau khi đã khép những ngón tay mình quanh lớp vỏ bạc.

Vidal hắng giọng, ngấu nghiến nỗi sợ hãi khi nó chực trồi lên, nuốt gọn nó. Người ta sẽ không thấy được bất cứ dấu vết nào của nó trên gương mặt đanh lại của hắn.

"Hãy nói với con trai ta..." Hắn hít một hơi sâu. Việc này không dễ dàng như hắn đã tưởng tượng, khao khát khoảnh khắc này khi đứng trước một tấm gương, chơi đùa với Tử Thần, lưỡi dao cạo trên tay. "Nói với con trai ta thời điểm mà cha nó qua đời. Nói với nó rằng ta..."

"Không!" Mercedes chen ngang, ép sát con trai hắn vào lồng ngực. "Thằng bé sẽ không biết đến tên của ngươi."

Gương mặt Vidal bị rút kiệt không còn một giọt máu. Lần đầu tiên trong cuộc đời hắn cảm nhận được sự kinh hoàng. Đây là khoảnh khắc hắn luôn mơ ước tới - khoảnh khắc hắn đã tập dượt trước gương mỗi sáng. Danh dự trong cái chết. Mọi việc không thể đi lệch hướng thế này được, không thể nào. Tâm trí hắn đang náo loạn.

Pedro giơ súng lên rồi bắn vào mặt hắn. Viên đạn đập vỡ xương má của Vidal rồi cắt đứt dây thần kinh thị giác trên đường xuyên đến não hắn. Rồi nó nằm lại ở phần sau của hộp sọ. Vết thương nơi đạn vào chỉ rỉ ra một giọt nước mắt máu duy nhất. Thật là một vết thương tầm thường, nhưng Tử Thần đã náu mình trong đó.

Với một tiếng rên rỉ đầy hối hận, Vidal đổ sập xuống chân của những người mà hắn đã tới để săn đuổi. Và như vậy, hắn ra đi.

Con trai hắn bắt đầu cất tiếng khóc trong vòng tay của Mercedes.

CẬU BÉ ĐÃ TRỐN THOÁT

Ngày xửa ngày xưa, nhưng cũng không xưa lắm, có một Quỷ Ăn Thịt Trẻ Con sống trong khu rừng cổ. Các dân làng đến nhặt củi khô dưới các thân cây để chống chịu qua mùa đông gọi gã là Quỷ Nhợt Nhạt. Nạn nhân của gã nhiều đến nỗi tên của họ lấp đầy vô số bức tường trong những khu sảnh mà hắn đã xây nên trong lòng đất, bên dưới khu rừng. Gã dùng xương của họ để chế tạo những món nội thất mảnh mai như chân tay của họ vậy, và tiếng hét của họ là thứ âm nhạc đi theo mỗi bữa yến tiệc tại chính cái bàn mà trên đó gã đã giết rất nhiều trẻ con.

Những khu hành lang uốn lượn trong hang ổ của Quỷ Ăn Thịt Trẻ Con đã được thiết kế để khiến cuộc săn đuổi trở nên vui thú hơn. Lũ trẻ có thể nhanh nhẹn đến đáng kinh ngạc, và Quỷ Nhợt Nhạt biết điều đó. Xét cho cùng thì bản thân gã cũng từng có thời là con người, nhưng những vụ giết trẻ con đã biến gã thành một thứ khác, không có mặt và không có tuổi, như những kẻ khác cùng loại với gã.

Sự tàn nhẫn đã trở thành nghề của gã từ khi còn là một thằng bé. Kể cả từ thời đó, người ta đã gọi gã là *Pálido*(1), vì gã không thích ra nắng nên da gã lúc nào cũng nhợt nhạt như một vầng trăng bạc phếch vậy. Đầu tiên, gã thực hành trên côn trùng, sau đó là chim muông, rồi đến những con mèo của mẹ gã.

Gã giết đứa trẻ đầu tiên khi mới chỉ mười ba tuổi - em trai của gã, người mà gã vừa yêu thương vừa cảm thấy ghen tị.

Không lâu sau đó, gã đến làm việc cho một mục sư của Toà án dị giáo Tây Ban Nha, thứ công cụ

---

(1) (Tiếng Tây Ban Nha) Nhợt nhạt.

kinh hoàng mà Giáo hội Công giáo sử dụng để đàn áp và giết chóc tất cả những ai tỏ ý nghi ngờ giáo điều của họ. Mục sư truyền dạy cho Pálido những ngón thú vị nhất về tra tấn và vô vàn phương thức giết chóc, rồi sau ba năm, các kĩ năng của Pálido đã vượt qua cả người thầy của mình, vậy là gã thực hành những kĩ năng đó lên chính ông ta. Gã nuốt gọn quả tim của mục sư trong lúc nó vẫn còn đang đập, vì gã đọc được rằng tính tàn nhẫn có thể được nhân lên nhờ ăn tươi nuốt sống nó. Và quả thật, Pálido cảm nhận được một bóng tối còn lầm lạc hơn sau bữa ăn đó, sự tàn nhẫn của chính gã được tăng cường bởi tính ngay thẳng và nhiệt huyết truyền giáo của mục sư.

Vào một đêm, gã ra tay với nạn nhân vượt quá giới hạn so với những lần trước đấy, đôi mắt Pálido không còn có thể chịu đựng được việc phải chứng kiến những việc làm của gã nữa. Chúng rơi ra khỏi hốc mắt như trái cây chín già và Quỷ Nhợt Nhạt đã đục lỗ trên hai bàn tay của chính mình để kể từ đó, gã có thể đeo hai con mắt lên hai bàn tay. Đôi khi, chuyện này có thể tỏ ra là một trở ngại khổng lồ khi gã đi săn. Ba đứa trẻ đã trốn thoát vì đôi mắt khiến gã thất bại. Dẫu vậy, Quỷ Nhợt Nhạt vẫn viết lên những bức tường của hắn hai cái tên. Nhưng gã đã xoá đi cái tên thứ ba. Đó là tên của một thằng bé gầy gò, vừa chớm sáu tuổi, mà gã đã bắt được từ một ngôi làng phía Nam khu rừng. *Serafín Avendaño*... Mặc dù Quỷ Nhợt Nhạt đã trổ cái tên đó ra khỏi bức tường, gã không bao giờ có thể quên được nó.

Quỷ Ăn Thịt Trẻ Con luôn sử dụng một con dao bạc có chuôi bằng vàng để giết người, một vật dụng có vẻ đẹp và độ sắc phi thường mà gã đã sở hữu hơn ba trăm năm. Đó là một món quà từ Tổng thẩm giáo tối cao, gã giữ con dao và bọc nó trong lớp vải nhung mang màu máu, tại một ngăn khoá trên bức tường trong phòng ăn. Quỷ Nhợt Nhạt không bao giờ giữ bí mật về nơi gã cất giữ con dao với những nạn nhân của mình. Để làm gì chứ? Rốt cuộc số phận của tất cả bọn chúng đều là phải chết thôi.

Serafín Avendaño có sáu người anh thích thú với việc đuổi bắt và đánh đập nó như người cha đã làm với chúng, vậy nên từ khi còn rất nhỏ thằng bé đã học được cách chạy nhanh để trốn thoát. Serafín vuột ra khỏi bàn tay ghì chặt của Quỷ Nhợt Nhạt một cách mượt mà và nhanh nhẹn như một con lươn và, trong lúc kẻ bắt cóc đang với lấy đôi mắt, cậu bé đã chộp lấy không chỉ một cái đĩa bằng vàng chất đầy đồ ăn từ cái bàn máu me, mà cả chiếc chìa khoá vàng để mở cái hốc mà trong đó Quỷ Nhợt Nhạt đã cất giữ con dao. Đó là tất cả những gì Serafín có thể làm cho những đứa trẻ bị bắt cóc đang khóc lóc tỉ tê trong những cái chuồng bên dưới sảnh nhà ăn của tên quái vật.

Dãy hành lang mà Serafín chọn để chạy trốn dường như kéo dài bất tận và chẳng bao lâu sau cậu đã nghe thấy tiếng kẻ bắt cóc gào thét phía sau. Vào khoảnh khắc đó, cậu bé chúc phúc cho các anh trai của mình, những kẻ mà cậu vẫn luôn cho là tai ương của cuộc đời mình, trong lúc đang lao vùn vụt qua những hàng cột được tạo thành từ các khúc xương xếp dọc theo hành lang. Mỗi sáng, những người hầu của Quỷ Nhợt Nhạt đều lau chùi sàn nhà lát gạch, nhưng họ đã bỏ qua một vệt máu. Serafín nhảy qua nó – cân nặng sáu tuổi đời nhẹ hơn nhiều so với 353 năm mà Quỷ Ăn Thịt Trẻ Con đã trải qua – nhưng Quỷ Nhợt Nhạt đã trượt chân trên đó, và trong lúc gã bò lồm cồm tìm kiếm hai con mắt, Serafín đã tới được cuối hành lang – và một trong vô vàn cánh cửa mà qua đó Quỷ Ăn Thịt Trẻ Con đã dùng để đi vào và ra khỏi khu rừng.

Cậu bé lập bập chạy qua cánh cửa, đóng sầm nó lại sau lưng, rồi xoay xở để cài then lại bằng một cành cây lớn. Sau đó cậu chạy vào trong rừng, cả người run lên vì kinh hoàng lẫn nhẹ nhõm. Serafín không biết bản thân đang đi đâu. Cậu chỉ biết rằng mình phải đi thật xa và bằng cách nào đó trở lại với ngôi làng và gia đình của mình.

Vào lúc cậu bé chạy qua nhà máy xay, nơi mà nhiều năm về trước, các binh lính của một nhà quý tộc đã dìm chết một phù thuỷ, chiếc chìa khoá mà cậu vẫn đang nắm chặt trong bàn tay có cảm giác như một lời nguyền. Nếu nó có thể thu hút chủ nhân của mình tới chỗ cậu thì sao? Serafín không để ý tới một con cóc khổng lồ đang quan sát mình khi cậu liệng chiếc chìa khoá xuống ao, hay việc con cóc có đôi mắt của một người đàn ông. Và cậu cũng không thấy cảnh con cóc nuốt lấy chiếc chìa khoá bằng đôi môi mọc đầy mụn cơm của mình. (Đó lại là một câu chuyện khác.)

Serafín Avendaño đã chạy thoát vào ngày hôm đó, và về sau, cậu trở thành một hoạ sĩ dành cả phần đời còn lại của mình để vẽ nên những bức hình tuyệt đẹp nhằm thắp sáng thứ bóng tối mà cậu đã từng chứng kiến khi còn là một đứa trẻ.

39

NÀNG CÔNG CHÚA TRỞ VỀ

Mercedes chưa từng vào đến tận bên trong mê cung. Chị vẫn luôn lo sợ về điều mình sẽ tìm thấy và chị đã đúng. Chị biết điều đó khi nhìn thấy Ofelia nằm bên thành giếng.

Mercedes trao đứa trẻ sơ sinh cho Pedro. Chị sẽ phải quên đi cha của đứa bé nếu không sẽ chẳng thể yêu thương nổi nó, mà tình yêu lại là thứ mà tất cả bọn họ đều tha thiết cần đến. Cảm giác thật kì lạ khi một người phụ nữ khác lại để cho chị chăm sóc hai đứa trẻ của bà. Mercedes cầu mong rằng ít nhất thì chị cũng sẽ có thể giữ cho cậu con trai bà ấy được an toàn. Rõ ràng là chị đã không thể làm thế với cô con gái.

Khi Mercedes quỳ xuống bên cạnh Ofelia, nỗi đau cào xé trái tim chị sắc lẹm như thể cô bé thực sự chính là con của chị vậy. Ofelia đang lịm dần. Cô bé thậm chí còn chẳng đủ sức để quay đầu sang phía Mercedes, đôi mắt đang nhoà dần của cô nhìn mù quáng vào những giọt máu đang rỉ từ bàn tay mình xuống cái giếng.

Máu nhuộm đỏ nước mưa ở dưới đáy giếng. Nước mưa đổ đầy ngập những hoa văn của mê cung xung quanh cột trụ và hình ảnh phản chiếu của mặt trăng bồng bềnh trong làn nước nông như một quả bóng bằng bạc, loại bóng mà các nàng công chúa trong những câu chuyện cổ tích để lạc xuống giếng. Tuy nhiên, thành của cái giếng này lại được nhuộm đỏ bởi máu của Ofelia. Vài giọt bắn được lên phiến đá sờn mòn của cây cột, và những bông hoa đỏ thẫm đang mọc lên từ hình ảnh được chạm trổ của cô gái ôm đứa bé.

Nước mắt chảy tràn xuống má, Mercedes bắt đầu ngân nga khúc hát ru mà chị từng hát cho Ofelia nghe. Vừa làm dịu đi nhịp thở khó nhọc của cô bé, giai điệu lấp đầy màn đêm bằng những kí ức về sự ngây thơ, về hi vọng và hạnh phúc, cùng vầng trăng tròn phủ lên Ofelia tấm chăn bằng bạc. Cô cảm thấy ánh trăng đang làm dịu mát làn da nóng rực và trái tim nhức nhối của mình.

Một thứ ánh sáng thật rực rỡ.

"Sống lại nào, con gái của ta," một giọng nói ra lệnh.

Mercedes không nghe thấy giọng nói đó. Nhưng Ofelia thì có.

Ánh trăng hoá thành một thứ vàng lỏng, bao bọc và mơn trớn cô.

Thật dễ dàng để đứng dậy trên đôi chân mình. Tay chân cô, chỉ một lúc trước còn nặng nề vì cái chết, đột nhiên trở nên nhẹ bẫng, rồi cô thấy bản thân đang khoác một chiếc áo choàng lộng lẫy màu đỏ thẫm và vàng óng. Nó được may từ loại lụa đỏ quý giá nhất, đỏ rực như máu. Còn hoa văn thêu chỉ vàng trên đó đính chắc rất nhiều loại đá quý: hồng ngọc, ngọc lục bảo, và ngọc mắt mèo. Giày của cô cũng có màu đỏ, và chúng hoàn toàn vừa vặn với đôi chân cô.

Cảm giác nhức nhối đã tan biến, và cả nỗi đau cũng vậy. Khi nhìn ra xung quanh, cô thấy mình đang đứng trong một đại sảnh lớn tới nỗi trần nhà dường như cao tít tận trời xanh. Trên một bức tường là ô cửa sổ kính màu, tròn vành vạnh như vầng trăng rằm, phân tách ánh sáng thành đủ mọi sắc màu của cầu vồng, và phía trước ô cửa sổ là ba ngai vàng tráng lệ được dựng cao phía trên mặt sàn vàng óng, trên những cây cột được điêu khắc thành những thân cây bạch dương mảnh khảnh.

Môi Ofelia nở một nụ cười đã tắt từ lâu. Người phụ nữ đang ngồi trên ngai vàng bên trái trông vô cùng thân thuộc.

"Mẹ!" Cô thốt lên. Lưỡi cô đã khao khát để lại được phát ra từ đó biết bao.

Người phụ nữ trên ngai vàng đang ôm một đứa bé. *Em trai của cô ư?*

"Ofelia." Người đàn ông đội vương miện ngồi trên ngai vàng ở giữa đang gọi tên cô.

Ngài khoác bộ áo choàng trông giống với những bộ áo choàng hoàng gia trong những cuốn truyện cổ tích của cô, nhưng gương mặt ngài lại là một gương mặt mà Ofelia biết - gương mặt thường nhẫn nại cúi xuống tấm vải.

"Cha... Ôi, cha ơi..."

"Con thà hi sinh máu của chính mình còn hơn là máu của một đứa bé vô tội," ngài nói bằng chất giọng dịu êm mà Ofelia còn nhớ vẫn thường hát ru cô ngủ trước khi thế giới trở nên tối tăm. "Đó là nhiệm vụ cuối cùng và là nhiệm vụ quan trọng nhất." Ngài quay sang nhìn vợ mình.

Vương hậu mẹ cô trông thật trẻ trung và hạnh phúc. Các Nàng Tiên đang rập rờn bay quanh bà – cả ba Nàng Tiên, vẫn còn sống! – và từ phía sau ngai vàng của vương hậu, Thần Nông bước ra, thân thể thần vàng óng như những bức tường của đại sảnh. Thần mở rộng vòng tay cùng nụ cười chào đón trong lúc các Nàng Tiên túm tụm lại quanh Ofelia, ríu rít đầy phấn khởi.

"Và người đã chọn lựa rất đúng, thưa Công chúa!" Chủ nhân của chúng thốt lên, cúi đầu sâu tới mức đôi sừng gần như chạm cả vào mặt sàn.

"Lại đây nào, con gái của ta!" Vương hậu gọi, ra hiệu về phía ngai vàng thứ ba. "Hãy ngồi bên chúng ta. Nhận lấy vị trí xứng đáng của con. Cha con đã đợi con lâu lắm rồi đó."

Trong các dãy ban công phía trên, dân chúng đang đứng dậy. Vậy nhưng, qua tiếng vỗ tay của họ, Ofelia vẫn có thể nghe thấy tiếng Mercedes khóc trong khi máu của cô bé đang chết dần trong vòng tay chị vẫn nhỏ xuống giếng. Cô nhận ra khúc hát ru mà Mercedes đang ngân nga.

Và rồi...

Ofelia mỉm cười - thật mờ nhạt làm sao - và rồi chẳng thể nghe được gì nữa.

Mercedes cúi gập người trên cô bé đã chết và tỉ tê khóc cho tới khi mái tóc đen của cô bé ướt đẫm vì nước mắt của chị.

KẾT THÚC

NHỮNG DẤU VẾT ÍT ỎI

Không lâu sau khi câu chuyện của chúng ta kết thúc, khu rừng lại bị bỏ không. Một vài năm trôi qua, rồi rêu và đất chiếm lấy những gì còn lại của nhà máy xay.

Lịch sử lãng quên Vidal, nhưng nó cũng quên cả Mercedes, Pedro, bác sĩ Ferreira, cùng tất cả những người khác đã hi sinh hạnh phúc và đôi khi là cuộc sống của chính mình để chống lại chế độ phát xít. Tây Ban Nha nằm dưới chế độ của Franco suốt hàng thập kỉ và quân Đồng minh quả thực đã phản bội quân nổi dậy vì họ không cho rằng đó là những đồng minh hữu ích để chống lại kẻ thù mới của mình.

Còn về Ofelia, buổi sáng sau khi cô qua đời, một bông hoa nhỏ nhắn phớt màu mọc trên cành của cây vả già cỗi mà cô đã giải phóng khỏi Cóc. Hoa mọc lên đúng tại nơi Ofelia đã vắt bộ đồ mới của mình lên để giữ cho chúng được toàn vẹn trong lúc cô hoàn thành nhiệm vụ đầu tiên của Thần Nông. Những cánh hoa trắng muốt như tấm tạp dề mà mẹ đã may cho cô, và tại chính giữa bông hoa, một mặt trời vàng đầy chặt phấn hoa và sự sống hé lộ.

Vài năm sau, một người săn trộm đi qua nhà máy xay bị cháy rụi và mê cung. Y không thể ngăn bản thân bước qua cổng vòm bằng đá và đắm chìm trong những dãy hành lang cổ kính cho tới khi y thấy lo lắng không biết bản thân có bao giờ tìm được đường ra hay không. Nhưng cuối cùng mê cung cũng dẫn y trở lại cổng vòm và y thấy mệt đến nỗi đã nằm ngay xuống gốc cây vả, nơi mà giờ đây hoa đang đua nở và lá mọc đầy cành.

Người thợ săn thiếp ngủ dưới bóng râm dịu nhẹ và trong những giấc mơ, y nghe kể một câu chuyện – về một nàng công chúa được mặt trăng sinh ra nhưng lại đem lòng yêu mặt trời. Y trở về làng của mình rồi kể cho tất cả những người lắng nghe rằng cây cổ thụ đã thì thầm với y một câu chuyện, và rằng nó kết thúc như thế này:

Và người ta nói rằng công chúa Moanna đã trở về vương quốc của cha nàng, nàng trị vì nơi đó bằng sự công bằng và một trái tim nhân hậu trong nhiều thế kỉ. Rằng nàng được thần dân yêu quý và đã để lại vài dấu vết ít ỏi về quãng thời gian nàng sống trên mặt đất, chỉ hiện ra với những người biết phải tìm ở đâu.

Luôn luôn là vậy, chỉ có một vài người biết phải tìm ở đâu và phải lắng nghe như thế nào, điều đó là sự thật. Nhưng đối với những câu chuyện tuyệt vời nhất, một vài là vừa đủ.

GHI CHÚ CỦA NHÀ VĂN CORNELIA FUNKE

Chúng ta đều quen thuộc với những cuốn sách được chuyển thể thành phim điện ảnh, nhưng thông thường những gì được thể hiện trên màn ảnh lại khiến ta thất vọng, vì phim không tái hiện được những hình ảnh đã hình thành trong trí tưởng tượng của chúng ta. Nhưng sẽ thế nào nếu một nhà văn được đề nghị thực hiện công việc hoàn toàn ngược lại và biến bộ phim yêu thích của chính mình thành lời văn?

Tấm áp phích của phim *Pan's Labyrinth* (MÊ CUNG THẦN NÔNG) đã được treo trên tường thư phòng tôi rất lâu trước khi Guillermo del Toro đề nghị tôi biến đổi toàn bộ vũ trụ đẹp đẽ và diệu kì của ông thành từ ngữ. Từ những giây phút đầu tiên theo dõi bộ phim, tôi đã cho rằng đó là một ví dụ hoàn hảo về việc mà một tác phẩm kì ảo có thể làm được. *MÊ CUNG THẦN NÔNG* là minh chứng hùng hồn rằng một tác phẩm kì ảo có thể vừa thi vị vừa mang tính chất chính trị, và là một công cụ hoàn hảo để thấu hiểu được chủ nghĩa hiện thực đầy màu nhiệm trong sự tồn tại của chúng ta.

Đương nhiên, tôi đã thấy rằng nhiệm vụ này là việc không thể thực hiện được. Tất cả các nhà văn đều biết rõ rằng ngôn từ đôi khi có thể rất thiếu sót trong khi một hình ảnh thì lại có khả năng gây xúc cảm mạnh mẽ đến người xem như thế nào: tất cả những cung bậc ý nghĩa vốn không hề dễ dàng để có thể biểu hiện ra, nhưng hình ảnh lại có thể truyền tải được chúng gần như không chút khó khăn. Rồi còn cả âm nhạc nữa! Guillermo sử dụng âm nhạc trong những bộ phim của mình với tính nghệ thuật cao hệt như khi ông làm việc với máy quay. Làm sao tôi có thể thuyết phục bản thân rằng mình sẽ có thể tìm ra lời lẽ để thay thế những hình ảnh gắn kết chặt chẽ với âm thanh này đây?

Nhưng có một điểm trong nhiệm vụ bất khả thi này khiến tôi không thể khước từ. Chúng ta biết rằng mình sẽ phải hối hận cả phần đời còn lại nếu không thử sức.

Tôi đã không đơn thuần là thuật lại câu chuyện trong cuốn sách này dựa trên kịch bản của bộ phim. Tôi đã xem bộ phim, từng giây phút một, từng hình ảnh một. Tôi tìm hiểu tất cả về kết cấu "tấm vải" tạo dựng nên bộ phim và càng trở nên ngưỡng mộ sự khéo léo của người thêu dệt nên nó trong lúc lần theo những sợi chỉ mà ông đã sử dụng. Tôi lập một danh sách các câu hỏi và gặp mặt dùng bữa tối với Guillermo để đảm bảo rằng mình đã đọc được tâm trí của các nhân vật một cách chính xác, cũng như những cử chỉ và ngoại hình của các diễn viên, và tính biểu tượng của các phân cảnh. (Tôi vẫn còn giữ một cái càng cua mà chúng tôi đã ăn vào chiều ngày hôm đó.)

Ngay từ đầu, Guillermo đã nói rất rõ những gì mà ông muốn, đó là tôi sẽ làm nhiều hơn là chỉ tạo ra một bản sao giống hệt của bộ phim. Mặt khác, trong một thoáng, tôi không muốn thay đổi nhịp điệu của bộ phim, vì tôi cho rằng mạch phim được thêu dệt một cách quá sức hoàn hảo rồi. Vì vậy, tôi gợi ý về việc bổ sung thêm mười câu chuyện bên lề về những yếu tố then chốt của bộ phim (mà Guillermo gọi là đoạn chuyển).

Phần còn lại là phép màu nhiệm.

Tôi đã bị mê hoặc và được tạo cảm hứng, và đã thu nạp được một khối năng lực sáng tạo không thể kể xiết thông qua cuộc hành trình vào mê cung của một nhà kể chuyện thiên tài.

Đợi đã, Cornelia. Bà có thể cần phải nhắc tới một điều nữa. Đây là cuốn tiểu thuyết đầu tiên mà tôi viết bằng tiếng Anh đấy. Ôi những điều mà các mê cung đem lại cho chúng ta...

CORNELIA FUNKE

Mê Cung Thần Nông

PAN'S LABYRINTH

NHÀ XUẤT BẢN KIM ĐỒNG
55 Quang Trung, Q. Hai Bà Trưng, Hà Nội - ĐT: (024) 39434730 - (024) 39428632
Website: www.nxbkimdong.com.vn - Email: info@nxbkimdong.com.vn

CHI NHÁNH NXB KIM ĐỒNG TẠI MIỀN TRUNG
102 Ông Ích Khiêm, TP. Đà Nẵng - ĐT: (0236) 3812335
Email: cnkimdongmt@nxbkimdong.com.vn

CHI NHÁNH NXB KIM ĐỒNG TẠI TP. HỒ CHÍ MINH
248 Cống Quỳnh, Q.1, TP. Hồ Chí Minh - ĐT: (028) 39251001 - (028) 39250987
Email: cnkimdong@nxbkimdong.com.vn

Chịu trách nhiệm xuất bản: Giám đốc BÙI TUẤN NGHĨA
Chịu trách nhiệm nội dung: Tổng Biên tập VŨ THỊ QUỲNH LIÊN
Biên tập: TRẦN NHẬT MỸ
Trình bày: TÔ HỒNG THỦY - NGUYỄN THU TRANG
Sửa bài: HƯƠNG LAN - DƯƠNG LINH TRANG

In và gia công 2.000 bản - Khổ 14 cm x 22.5 cm
Tại Công ty TNHH In và DVTM Phú Thịnh
Văn phòng: Số 22/3 ngõ 89 Lạc Long Quân, phường Nghĩa Đô, Cầu Giấy, Hà Nội
Địa chỉ sản xuất: Lô B2-2-5 KCN Nam Thăng Long, Bắc Từ Liêm, Hà Nội
Số xác nhận đăng kí xuất bản: 38-2022/CXBIPH/368-1/KĐ cấp ngày 7/1/2022
Quyết định xuất bản số: 948/QĐKĐ kí ngày 30/3/2022
In xong và nộp lưu chiểu quý 2/2022
Isbn: 978-604-2-23855-7

Biên mục trên xuất bản phẩm của Thư viện Quốc gia Việt Nam

Toro, Guillermo del
Mê cung Thần Nông = Pan's Labyrinth / Guillermo del Toro, Cornelia Funke ; Trang Rose dịch. - H. : Kim Đồng, 2022. - 320 tr. : tranh vẽ ; 23 cm
Phiên bản bìa cứng
ISBN 978-604-2-23855-7

1. Văn học hiện đại 2. Tiểu thuyết 3. Mêhicô
863.7 - dc23

KDL4126p-CIP